தேசியம் காத்த உத்தமர்

தொகுப்பாளர்கள்

முனைவர்.செ.அந்தோணி ராகுல் கோல்டன்

வெ.பானுமதி

தேசியம் காத்த உத்தமர்

கவிதை தொகுப்பு

தொகுப்பாளர்கள் : முனைவர். செ. அந்தோணி ராகுல் கோல்டன் &
வெ. பானுமதி © 2023

முதல் பதிப்பு : ஜனவரி 2023

வெளியீடு : ஏலே பதிப்பகம்

5/175, பாத்திமா நகர், கூத்தென்குழி,

திருநெல்வேலி - 627104

தொடர்புக்கு : +91 9944992571

Thesiyam Kaatha Uthamar

Poetry

by Dr. S. Antony Rahul Golden & V. Banumathi 2023 ©

First Edition : January 2023

Pages: 128

ISBN : 978-93-5533-559-3

Aelay Publish

Contact : +91 9944992571

Designed by : Aelay publish team

சமர்ப்பணம்

தேசியத்தையும் தெய்வீகத்தையும்
தனது இரு கண்களாக கொண்ட
பசும்பொன் முத்துராமலிங்கதேவர் அவர்களுக்கு

அனைவருக்கும் வணக்கம் தேசியத்தையும் தெய்வீகத்தையும் தமது இரு கண்களாகக் கொண்டு இந்த தேசத்திற்காக தன்னையே அர்ப்பணித்து வாழ்நாள் முழுவதும் திருமணம் செய்யாமல் இந்த நாட்டுக்காகவும் இந்த மக்களுக்காகவும் வாழ்ந்து தெய்வீகமாக மலர்ந்த ஐயா பசும்பொன் முத்துராமலிங்க தேவர் அவர்களை பற்றிய இந்த கவிதை தொகுப்பை வெளியிடுவதில் நாங்கள் மட்டற்ற மகிழ்ச்சியும் பெருமையும் அடைகிறோம். இந்த இனிய தருணத்திலே இங்கே கவிதைகளை தந்து ஐயா தேவர் அவர்களுக்கு பெருமையும் சிறப்பும் சேர்த்த அத்தனை கவி பெருமக்களுக்கும் எங்களுடைய நெஞ்சார்ந்த வாழ்த்துக்களையும் நன்றிகளையும் பாராட்டுகளை தெரிவித்துக் கொள்கின்றோம். மேலும் இந்த கவிதை புத்தகத்தை சிறப்பாக வெளியிட்ட இந்த பதிப்பத்தாருக்கும் எங்களுடைய நன்றிகளை பாராட்டுகளையும் தெரிவித்துக் கொள்கின்றோம். இந்த கவிதைகளை படிக்கின்ற ஒவ்வொருவருக்கும் தேவர் ஐயா அவர்களின் தியாகமும் அவருடைய வீரமும் அவருடைய சேவையும் நிச்சயமாக ஒரு தாக்கத்தை ஏற்படுத்தும் அதன் மூலம் இன்னும் பல சமூக சேவகர்களும் தியாக உள்ளங்களும் அர்ப்பணிப்பு மனம் கொண்ட மனிதர்களும் உருவாகுவார்கள் என்பதில் எந்தவித ஐயமும் இல்லை. ஆகவே இந்த சிறிய புத்தகம் இந்த ஒரு மகத்தான சாதனையை புரியும் என்ற மகிழ்ச்சியோடு இந்த புத்தகத்தை நாங்கள் வெளியிடுகின்றோம் வாங்கி படியுங்கள் உங்களுடைய மேலான கருத்துக்களை தாருங்கள் மீண்டும் நாம் அடுத்த புத்தகத்தில் நாம் சந்திப்போம் அதுவரை இந்த புத்தகத்தோடு நாம் உறவாடுவோம் என்று உங்கள் அனைவருக்கும் இனிய செய்தியோடு வாழ்த்துக்களை தெரிவிப்பது உங்கள் அன்பிற்கினிய

செல்வி. வெ. பானுமதி
தூய சவேரியார் கல்லூரி, பாளையங்கோட்டை
முனைவர். அந்தோணி ராகுல் கோல்டன்.
kvsrahul@gmail.com, yesrahul.blogspot.com, 91+9176313545

கந்த கடவுளாய்...

புரட்சி புயலாக வெடிக்க
வெடிக்குண்டுகள் எல்லாம் வெடித்து
வெள்ளையர்களை கொன்று குவிக்கும் காலத்தில்
கந்த சஷ்டி அன்று கந்த கடவுளாய்
கமுதி வட்டத்தில் வந்து உதித்த
உக்கிரபாண்டியனின் உத்தம புத்திரனாய்
பூவுலகம் போற்றும் பூவேந்தனாய்
வீரமும் ஈரமும் கொண்டவராய் பிறந்தவர் தான்
முக்குலத்து முத்துராமலிங்கம் !
மதம் கடந்து முப்பாலால் வளர்க்கப்பட்ட கருத்துபால்
இவர்!
குட்ட குட்ட குனிந்திருந்தால்
குடும்பங்களை அழித்திடுவான்
கை இரேகை கேட்டவன் மத்தியில்
கட்டவிரலை வெட்டி வீசுங்கள் என
வீர முழக்கமிட்ட வீரத்திற்கு சொந்தகாரர் இவர்!

தாய்க்கு வணக்கம் தாய் மொழிக்கு வணக்கம்
என்று மேடையில் பேச்சை தொடங்குபவன் மத்தியில்
துப்பாக்கி ஏந்தி போரிட்ட மங்கல் பாண்டேக்கு
வணக்கம்
என பேசிய தேசபற்றாளர் இவர்!
முறுக்கு மீசை பெண்ணுக்கு பிடித்ததால்
அவற்றை அகற்றிய ஆன்மீகவாதியையும் தாண்டி
நைஷ்டிக பிரம்மச்சாரி இவர்!
சாதிக்குள் மறைக்கும் தலைவன் அல்ல இவர்!
சாதி வேண்டாம் என பாடுபட்ட பசும்பொன் இவர்!
வாய்ப்பூட்டு சட்டம் போட்ட போதும்
வார்த்தைகளின் வசந்தத்தால் வாக்குக்களை கேட்ட
வரலாற்றுக்கு சொந்தகாரர் இவர்!

சுதந்திர காற்றை சுவாசிப்பதே
தனது பிறப்பு உரிமை என வாழ்ந்த தலைவர் இவர்!
கவிதை வரிகளில் வாழ்க்கையை
அடக்கமுடியாத வாழ்நாள் சாதனையாளர் இவர் !
இவரின் புகழ் வாழ்க!

வெ.பானுமதி
தூய சவேரியார் கல்லூரி பாளையங்கோட்டை

தென்னாட்டு சிங்கம்

ஆன்மீக வழி நின்ற ஆனந்தம் கண்டவரே !
சாதி பாகுபாட்டை எதிர்த்த தேவரே!
சுபாஷ் சந்திர போசுக்கு படைதிரட்டி தந்தவரே !
தெய்வத் திருமகனாக உதித்த உக்கிரபாண்டி மகனரே !
தேசியம் காத்த செம்மலாய் விளங்கியவரே !
தன்னலம் மறந்து சிறை சென்ற தேசிய வாதியே !
தவசிக்குறிச்சிக்கு கிடைத்த தவ புதல்வரே !
பாராளுமன்ற உறுப்பினராக பதவி வகித்தவரே !
தாழ்த்தப்பட்டவர்களுக்காக ஆலய நுழைவு
போராட்டம் நடத்திய ஆளுமையே !
அன்புக்கு பாத்திரமாக மாறிய பசும்பொன் தங்கமே !
மதுரை கோரிப்பாளைத்தில் சிலை கொண்ட
உன்தையே!
மாவட்டப் பெயரை தனதுயாக்கிய தமிழ் மகனே !
தங்க கவசத்தில் காட்சி அளித்த ஆண்மகனரே !
வெண்கல சிலையாய் நிற்கும் தென்னாட்டு நாயகனே!
குருபூஜைக்கு ஏற்ற குன்றா புகழ் ஆரமே !
செம்பணியாய் விவசாயத்தை போற்றியவரே !
பசுமலை யில் பள்ளி படிப்பை பயின்றவரே !
தமிழில் தீரா மோகம் கொண்ட தமிழ் நேசனே !
அறிவால் விவேகத்தையும் ஆரோக்கிய
வலிமையால் வீரத்தையும்! ஒருங்கே பெற்றவரே !
சுவாமி விவேகானந்தர் வாசிகசாலையை திறந்தவரே !
சேதுபதி மன்னர்க்கு எதிராக அகில இந்திய காங்கிரஸ்
கமிட்டி தலைவராக இருந்தவரே !

கவிஞர்.சை.சபிதாபானு
காரைக்குடி
ஆங்கில ஆசிரியர்

தேவர் என்னும் நாட்டுப்பற்றாளர்

ஆன்மிகவாதியாக விளங்கினாயே ..
சாதி பாகுபாட்டை எதிர்ப்பவராய் இருந்தாயே ..
சுதந்திரத் தியாகியாக விளங்கினாயே ..
பிரித்தானிய அரசை எதிர்த்த இந்திய தேசிய
இராணுவத்திற்குத் தமிழர்களைத் திரட்டி
அனுப்பினாய்...
பசும் பொன்னில் பிறந்தாயே...
இலட்சக்கணக்கான மக்களால் புகழப்படுகிறாயே ...
முத்துராமலிங்கத்தேவர் என அழைக்கப்படுகிறாயே ..
உன்னுடைய சிலைக்கு தங்கக் காப்பு அளிக்கபடுமே .....
சிறந்த பேச்சாற்றால் கொண்டாவனே ...
தெய்வத் திருமகன் எனப் பெயர் பெற்றாயே ...
தொழிலாளர்களின் தோழனாயே ...
தேசியம் எனது உடல், தெய்வீகம் எனது உயிர்
என்றாயே...
வீரமற்ற விவேகம் கோழைத்தனம்!
விவேகமற்ற வீரம் முரட்டுத்தனம் என கூறினாயே !
தேசிய வாதிக்கு தேசமே குறி
அரசியல் வாதிக்கு தேர்தலே குறி என விளக்கினாயே ...
என்னுடைய கொள்கையைப் பின்பற்றுங்கள் நாடு
வளம் பெறும் என எடுத்துக்காட்டாய் விளங்கினாயே.....

ஜெ. அஸிலோ ஜோஸ் வின் ரோஸ்

தென்னாட்டு சிங்கம்

அது யாரு இவர் யாரு!
இவர் அடி முறையின் ஆசானே யார் இவர்
அது யாரு இவர்
இடியும் மின்னலும் வராமலே சத்தம் வரும்
அது யாரு இவர் அது யாரு
இவர் கட்டுமரத்திற்கு இணையாக கடலில்
மிதப்பவனே
அது யாரு இவர் யார் இவர்
மூச்சுப் பயிற்சியின் ஆசானே
யார் இவர் யார் இவர்
மீனுக்கு இணையாக கடலில் நீந்துபவனே
யார் இவர் யார் இவர்
மருத்துவரிடமே வீரச்சிறுவன் பட்டம் பெற்றவனே
அது யார் இவர் அது யார் இவர்
குற்றப் பரம்பரைச் சட்டத்தை புற முதுகு காட்டி ஓட
விட்டவனே
யார் இவர் வீரப் பேச்சால் இலவசமதிய
உணவுத்திட்டத்தின் ஆசானை காத்தவரே அது யாரு
இவரு அது யார்
இவர் தாய்ப்பால் கொடுத்த வளர்ப்பு அன்னையே
மறக்காத மனிதனே
யார் இவர் அது யார் இவர்
உடல் பொருள் ஆவியை தென்னாட்டுக்கு தந்த சிங்கமே
யார் இவர் யார் இவர் வாழ்வீற்றின் தளபதியே
அது யாரு இவர் அதை யார்

இவர் குதிரை ஏற்றத்தின் கதாநாயகனே யார் இவர் அது
யார் இவர் துப்பாக்கிச்சுடுவதில் அதிவீரரே
யார் இவர் அது யாரு இது கல்வி அறிவால் விவேகத்தை
பெற்றவனே உடல் வலியால் வீரத்தை காட்டுபவனே
யார் இவர் அது யார்
இவர் தென்னாட்டு சிங்கம் பசும்பொன்
முத்துராமலிங்கத் தேவரு!

Dr.R.k.சுபனேஷ்
நாகர்கோவில்

தேசியம் காத்த உத்தமர்

பசும்பொன் கண்டெடுத்த வீரர்
சாதி பாகுபாட்டை நீக்கிய தீரர்
சுதந்திரத்திற்குப் போராடிய தியாகி
மக்கள் மனதில் இவர் ஓர் யோகி
உரையாற்றுவதில் சிறந்த பேச்சாளர்
ஆன்மீகத்தில் சிறந்த பற்றாளர்
பழகுவதில் சிறந்த பண்பாளர்
மனதால் சிறந்த அன்பாளர்
தேசியத்தைத் தனது உடலாகவும்
தெய்வீகத்தை தனது உயிராகவும்
வீரத்தை தனது மானமாகவும்
உறுதியுடன் கொண்டு வாழ்ந்தவர்
அக்கிரமச் செயல்களை கண்டித்து
நியாயமான கருத்துக்களைப் போற்றியவர்
மகத்தான சேவைகள் பல செய்து
மாமனிதராய் என்றும் உயர்ந்தவர்
தேசியமும் தெய்வீகமும் தமத்திரு
கண்களாகக் கருதியஉத்தமர்
வீரமும் விவேகமும் தமதிருக் கொள்கையாகக்
கொண்ட மறவர்
என்றும் எங்கள் மனதில் தென்னாட்டு சிங்கம்
கம்பீரமாய்
வளம் வந்து கொண்டிருக்கும் உந்தன் புகழ் வாழ்க
வளர்க!

வே. பேச்சியம்மாள்
ஆரல்வாய்மொழி.

முத்துராமலிங்க தேவரே

இந்திய பார்வார்ட் ப்ளாக் கட்சித்தலைவரே...!
பற்றும் பாசமும் கொண்ட அன்புள்ளவரே..!
குற்ற பரம்பரை சட்டத்திற்கு எதிரொலியாக..!
தொழிலாளர்களின் தோழனாக தோள் கொடுத்து..!

மகாலெட்சுமியாலை தொழிலாளர்
கூட்டமைப்பை உருவாக்கியவரே...!
தொழிலாளர் சங்க தலைவரே தேவரே...!
மக்களுக்காக மக்கள் நலனுக்காகவும் உழைத்தவரே...!
ஊர் போற்றும் உன்னத உத்தமரே...!

தேசியம் உடல் தெய்வீகம் உயிர்...!
யென்ற கொள்கைப் பிடிப்பு கொண்டவரே...!
வீரமற்ற விவேகம் கோழைத்தனம் யென்றும்...!
விவேகமற்ற வீரம் முரட்டுத்தனமென்றும்
மொழிந்தவரே...!

தேசியவாதிக்கு தேசமே குறி யென்றும்...!
அரசியல்வாதிக்கு தேர்தலே குறியென்றும்
மொழிந்தவரே...!
முத்துராமலிங்க தேவரே, தேவர் குலச்செம்மலே...!
நீவிர் எம்மோடு என்றும் வாழ்க...!

- கவிஞர் ந.பா.மேஹாவர்ஷினி
புதுக்கோட்டை மாவட்டம்

தென்னாட்டு சிங்கம்

உணர்ச்சிகளை உள்ளடக்கிய தியாகசுடர் இவரே/
வரலாற்று பக்கங்களில் இவரின் பிரதிபலிப்பே/
சுயநலமில்லாத இவர் பொதுநலவாதியாக
திகழ்ந்தவரே/
மனிதருள் பெரும் மாணிக்கம் இவரே/
மனத அளவில் தூய்மை உடையவரே/
இந்துவின் வயிற்றில் இவரது பிறப்பே/
இவர் முஸ்லிம் மடியில் தவழ்ந்தாரே/
கிருஸ்துவரின் அரவணைப்பு கல்வி கற்றாரே/
நேதாஜியின் நேசரே விவேகானந்தரின் தாசரே/
நேர்மையின் தூதரே சத்தியத்தின் சீடாரே/
உக்கிரபாண்டி தேவர்,இந்திராணி அம்மையார்
மகனாக பிறந்தாரே/
வீரம், விவேகம் நேர்மையுடன் வாழ்ந்தாரே/
எளிமையும் இனிமையும் கொண்டவராக
விளங்கினாரே/
கமுதியில் அமெரிக்க மிசன் ஆரம்பப்பள்ளியே/
உயர்நிலைகல்வி ஐக்கிய கிருஸ்தவ
உயர்நிலைபள்ளியிலே/
தமிழ்மொழி ஆங்கிலம் சரளாமாக பேசுவாரே/
தென்னாட்டு சிங்கம் அவரை சொல்வதில் தெவிட்டாத
இன்பமே/

பல்துறை திறமைசாலி வீரவேங்கை வெற்றிதிலகமே/
விருப்பு வெறுப்பு அற்ற மனிதமாண்பே/
தேவருக்கே தேவகுமரான் பட்டம் சூட்டினாரே/
பிறப்பு இறப்பு ஓரே தேதியில் பெற்றவரே/
இவர் ஓய்வறிய சூரியன் என்பேனே/
ஏழைகள் மீது அன்பு கொண்டவரே/

க.வ.காயத்திரி
நாகர்கோவில்.

தேவர் என்னும் தெய்வ மகனார்

தேவர் என்னும் தெய்வ மகனார்
தென்னிந்தியாவில் இராமநாதபுரம் மாவட்டத்தில்
ஈவதில் சிறந்த ஜமீன் குடும்ப த்தில்
இந்திராணி உக்கிரபாண்டித்தேவருக்கு பிறந்தார்
ஒவ்வொரு ஆண்டும் வடலூர் விழா வில்
ஓதாதுஉணர்ந்த வள்ளலார் பெருமையை
விவரித்து பேசிய ஆன்மீக ச் சொற்பொழிவை
விரும்பி ஆயிரக்கணக்கான மக்கள் கேட்டார் கள்
தேவர் ஆன்மீக த்தில் கொண்டிருந்த ஞானம்
தெளிவாக ஆற்றிய ஆன்மீக சொற்பொழிவு கள்
அவருக்கு தெய்வ திருமகன் பெயரை
அளித்த து அவருக்கு கிடைத்த பேறு
தேவரைத்தெய்வமாகமதித்து பசும்பொன் னில்
தேவர் குரு பூசை யாகபலலட்ச மக்கள்
ஆவலுடன் அலகு குத்துதல் பால் குடம் எடுத்தல்
ஆகிய செயல்களால் அவரை வணங்குகின்றனர்
அவர் சிலைக்கு அபிஷேகம் செய்து
அன்புடன் மொட்டை அடித்து
தீச்சட்டியுடன்
அங்கு வலம் வந்து பொங்கல் வைக்கிறார் கள்
இவரைத் தவிர சிறப்பு பெற்ற வர்
இங்கு வேறு யாரும் இல்லை
அவனியில் ஆச்சரியம் அவரது ஆன்மீக ம்
அவரது மூச்சு உள்ளவரை சேவை நடந்தது
அவர் சிலை க்கு அம்மா ஜெயலலிதா
அன்புடன் தங்ககாப்பு அணி வித்தார்
இவ்வாறு பேறு பெற்ற தேவர்
இன்று எல்லாராலும் கொண்டாடபடுகிறார்.

பசும்பொன் முத்துராமலிங்கம் தேவர்.

இராமநாதபுரத்தில் தோன்றிய தியாகச் சுடரே
இந்திராணி உக்கிரபாண்டியின் மகனாகப் பிறந்தவரே
பசும்பொன் கல்லுப்பட்டி கிராமத்தில் வசித்தவரே
பாட்டி பார்வதியம்மாளின் அரவணைப்பில்
வளர்த்தவரே
கமுதி ஆயிஷாபேபியிடம் பால் அருந்தியவரே
கிருஸ்துவ பள்ளியில் ஆரம்பக்கல்வி பயின்றவரே
குதிரையேற்றம், துப்பாக்கிச்சுடுதல் சிறந்தபயிற்சி
பெற்றவரே
மல்யுத்தம், சிலம்பம் கலைகளையும் கற்றறிந்தவரே

மயக்கமருந்தின்றி அறுவை சிகிச்சை பெற்றவரே
மனவலிமையை மருத்துவர்கள் கண்டு வியந்தனரே
தமிழ் ஆங்கிலம் இருமொழிகளையும் நயம்படபேசும்
புலமை பெற்றவரே
தலைச்சிறந்த பேச்சாளராகவும் ஆன்மீகவாதியாகவும்
திகழ்ந்தவரே
தேசியமும் தெய்வீகமும் இரு கண்களாக கொண்டவரே
தேவர் பிறந்தநாளை அரசு விழாவாக
கொண்டாடுகிறதே

வீரமற்ற விவேகம் கோழைத்தனம்-
விவேகமற்ற வீரம் முரட்டுத்தனம் என்றவரே
வீரமற்ற அகிம்சை மோசமானநிலை என்றவரே
மனிதனுக்கு உயர்வு தாழ்வு ஒழுக்கத்தால் மட்டுமே
என்று கூறியவரே
மனிதனுக்கு உயர்வு தாழ்வு சாதியை வைத்து அல்ல
என்று கூறியவரே

 தேசியம் காத்த உத்தமர்

விடுதலைப் போராட்டத்தில் தன்னை முழுமையாக
அர்ப்பணித்தவரே
உடல், பொருள், ஆவி அனைத்தையும் விடுதலைக்காக
காணிக்கையாக்கியவரே

திருக்குறள் தூதர்
க. விஜயசாமுண்டீஸ்வரி
சென்னை.
9789094833
vijisam.68@gmail.com.

தேசியம் காத்த உத்தமர்

பசும்பொன்னின் பசுமையே!
தமிழ் மண்ணில் உதித்த தமிழ் முத்தே!
எங்கள் மண்ணின் சொத்தே!
மனித குலத்தின் வாழ்வை நேசித்த மாமனிதரே!
நெற்றியில் அணிந்த சமுதாயக்கூடத்தின்
தூய்மையாளரே!
வெள்ளையனை வெளியேற வைத்த வீர சிங்கமே!
வீர தீரம் இரண்டிலும் தீப்பொறியாக பேசும்
பேச்சாளரே!
அறநெறிகளை கடைபிடித்து வெற்றியோடு
வாழ்ந்தவரே!
இளைஞர்களின் எழுச்சி நேதாஜிக்கு தோள் கொடுத்த
தமிழர்களின் சிங்கமே!
கர்மவீரர் காமராஜர் போற்றிய எளிமையின்
மாணிக்கமே!
தூய்மையான அரசியலை துணிவோடு சாதித்த சிங்கமே!
சரித்திரம் பேச வைத்த தமிழக சமத்துவபுர திலகரே!
தேச பக்தியை வீறுகொண்டு எழுவும் வித்திட்டவரே!
ஆண் பெண் சமமான சமுதாயத்தை வரவேற்றவரே!
ஆன்மீகமும் தேசியமும் இரு கண்களாக காத்தவரே !
எல்லாரையும் நண்பவராக கருதிய மாமனிதரே!
தேசத்தை பற்றியே சிந்திப்பது எழுதுவது தமது
சேவையாக வாழ்ந்தவரே!

உண்மை, நேர்மை. கடமையென வாழ்ந்தவரே!
உமது கருத்துக்கள் சிந்தனைகள் எங்கும் ஓங்குக!
நீவீர் உலகப்புகழோடு என்றும் ஓங்குக!
வாழ்க! வாழ்க! வாழ்க!

மாநில நல்லாசிரியர்
கலை நன்மணி விருதாளர்
கவிஞர் அ.ஷாஜஹான்
திண்டுக்கல் மாவட்டம்
9578828119.

தேவர் எனும் நாட்டுப் பற்றாளர்

வரலாறு படித்தவர்கள்
வகையினுள்
வரலாறு படைத்திட்ட
வலம்புரி முத்து..

வாழ்நாள் முழுவதும்
தனக்கென வாழாத
தவசி..

எல்லா நிலங்களையும்
ஏழைகளுக்கு கொடுத்த
ஏகலைவன்..

நாட்டுப்பற்று தான்-தன்
வீட்டுச்சொத்து என
நாளெல்லாம்
உழைத்திட்ட
உறங்காத ஆழி..

கருவறை இந்திராணி
திருவருள் உக்கிரபாண்டி-பிறந்த
உற்சவர் தான்
தெய்வீகம் தேசியம் பேணிய
முத்துராமலிங்கம்..

பசும்பொன் குக்கிராமம் யாவர்க்கும்
பரிட்சியமானது உன்னால்..

அக்டோபர்30,1908
உன்
அவதாரத் திருநாள்..

ஆறுமாதத்தில் அன்னை
அடைந்தாள் இயற்கை..

இந்துப்பால் இல்லாத–இவர்
நொந்தப்பால் ஆனார்..

முஸ்லீம்பால் தான்–வளர்ச்சி
மூட்டும்பால் ஆனது..

கிருஸ்துப்பால் தான்
கல்விக்கு
கருத்துப்பால் ஆனது..

முப்பால் வளர்த்த இறைப்பால்..

பள்ளிக்கல்வி தவிர்த்து
சிலம்பம், மல்யுத்தம்,
செப்பு குதிரையேற்றம்
துப்பாக்கி சுடுதல்..
பல்கலை கற்றறிந்த
பல்கலைக்கழகம்..

இந்தியத்தாயின் விடுதலைக்கு
இவர் என்ன கொடுக்கவில்லை?

உடல், பொருள், உயிர்
ஒருங்கே தந்த
ஓதகம் இணையம்..

உயர்விலை ஆடைகளை
ஒதுக்கினார்
கதர்ஆடைகளை விரும்பியே
உடுத்தினார்
எளிமையின் வலிமை இமயம்..

ஜமீன் குடும்பத்தில்
ஜனித்த தேவன்..

தமிழ்மொழியும் ஆங்கிலமும்
தடையின்றி பேசுகின்ற
தாமிரபரணி..

அரசியலில் இன்றுபோல்
ஐயோக்கியத்தனங்கள்
அன்றில்லை..

பஞ்ச கணக்கு
பழுத்திருந்த போதும்
லஞ்ச கணக்கு இல்லாத
லக்கி தேசம்..

குற்றப்பரம்பரை சட்டத்தை நீக்க
குடைச்சல்கள் தினம்
கொடுத்தார்..
பேரணிகள்
கூட்டங்கள்..
விழிப்புணர்வு என்றுதொடர்
வேள்விகள் செய்தார்..
வெற்றியும் கண்டார்..

காமராசருக்கு தேர்தலில்
போட்டியிடும் வாய்ப்பை
பூர்த்தியாக்கிக் கொடுத்தார்..

வரிசெலுத்தாதவர் போட்டியிட
வாய்ப்பில்லை –விதி.

சொத்தில்லா காமராசர்
வரிசெலுத்த வாய்ப்பில்லை..

அய்யா முத்துராமலிங்கம்
அங்கேசென்று
ஆடுகள் வாங்கி அவரது
ஆஸ்தியாக்கினார்..
வரிசெலுத்தினார் –பின்
போட்டியிட்டார் வென்றார்..

காமராசருக்கே உதவிய
வள்ளல் குணமிக்க
வலையுகம் ஆனவர்..

கல்யாணம் வேண்டாத
கன்னியமான-ஆயுட்கால
கன்னி யானவர்..

வரலாற்றை உருவாக்கிய
மெய்ஞான சிற்பி.

நேதாஜியுடன் நட்பு கொண்டார்
நேதாஜியின் படைக்கு
தமிழகத்திலிருந்து ஆட்களை
திரட்டி அனுப்பியபோராட்ட
தியாகி..

பெரியார் பாராட்டிய
பெரியார்.
ஞாவீரப்பேச்சால் தியாகிகளையும்
விவேக பேச்சால் அறிவாளிகளையும் உருவாக்கியவர்..
மனச்சுத்தம் உள்ள துணிச்சல்மிகு
சுத்ததியாகி என்று பாராட்டினார்

தேவர் ஒரு தேவகுமாரன் என
பட்டம் சூட்டினார்..

தென்னாட்டு சிங்கம் என
வங்கத்து சிங்கம்
வாயார புகழ்ந்தது..

சட்டமன்ற உறுப்பினராகவும்
பாராளுமன்ற உறுப்பினராகவும்
பாரதம் போற்றும் வகை
பங்களிப்பு செய்த பகலவன்..

காங்கிரஸை கழட்டிவிட்ட
பின்னர்
நேதாஜியின் பார்வர்டு பிளாக் கட்சியின் தமிழக
தலைவர்..

வீரத்துறவி விவேகமும்
விளையப்பெற்றவர்..
இரண்டாம் விவேகாநந்தர்..

தேசீயமும், தெய்வீகமும்
தம் இருகண்களாக கருதிய–பாரத
நாட்டுப்பற்றாளர்..

இந்திய தேசியப்படைக்கும்
போஸின் ஆணைகளுக்கும்
புத்துயிர் நடவடிக்கைகளை
சிறப்பாக செய்த–இவர்
சென்ட்றல் புராசசிங் யூனிட்

ஆலயநுழைவு போராட்டம்
நடத்திய
நல்லிணக்க காவிரி..

பிறந்த நாளும்–மண்
மறந்த நாளும்
ஒரே நாளான
ஓய்வறியா ஆதவன்...

அக்டோபர்30,1963
அன்று தான்
மண்ணை பிரிந்த நாள்..

தேவர் எல்லோரும் வணங்கும்
தெய்வமான நாள்..

ஆனால் அவர்
தேய்பிறை இல்லாத
வளர்பிறை..

வையகத்தின் மூச்சுநாள் வரை..

கவிஞர். *தங்க.பால.சுந்தரம்*
புதுச்சேரி, 37,ரமணர் நகர்,
100 அடி ரோடு,
முதலியார்பேட்டை
புதுச்சேரி 605 004
கைப்பேசி:90956 97800.

தெய்வீகத் திருமகன் பசும்பொன் தேவர்.

(மெட்டு–தாயெனும் செல்வங்கள் தாலாட்டும் தெய்வம்—
மூன்று தெய்வங்கள் திரைப்பட பாடல்)

பசும்பொன் தந்த செயல்வீரர்தானே
முத்து ராம லிங்கம் அவர் (பசும்)
தமிழகம் போற்றுகின்ற தங்கம் அவர்
தென்னாட்டுச் சிங்கமாக வலம் வந்தவர்
முக்குலத்து மக்களுக்கு தெய்வமானவர்(முக்குல) (பசும்)

எழுச்சிக்கு அடையாளம் பசும்பொன்னாரே
ஏழைக்கு உதவுவதில் வள்ளல் ஆனாரே(எழுச்)
ஒடுக்கப்பட்ட மக்களுக்கு துணை நின்றாரே(ஒடுக்)
தடுக்கப்பட்ட மக்களுக்கு தடம் அளித்தாரே(தடுக்)
(பசும்)

மலைபோன்ற உயர்ந்த தோற்றம் உண்டு
சிலைபோல திடமான தேகம் உண்டு (மலை)
உலைபோல சூடான முழக்கம் உண்டு (உலை)
சுனைபோல ஊறுகின்ற அறிவும் உண்டு(சுனை) (பசும்)

கண்ணசைவில் கட்டுண்ட தொண்டர் உண்டு
கையசைவில் அடங்குகின்ற கூட்டம் உண்டு(கண்ண)
உடல் அசைவில் உயிர்கொடுக்க பலபேருண்டு(உடல்)
குரல் அசைவில் சீறுகின்ற படையுமுண்டு(குரல்) (பசும்)

தலைசிறந்த பேச்சாளர் பசும்பொன் தேவர்
ஆன்மீகப் பற்றாளர் பசும்பொன் தேவர்(தலை)
சாதிய பாகுபாட்டை வெறுத்து வந்தார்(சாதிய)
போதிய அரசியல் ஞானம் பெற்றுத் திகழ்ந்தார்(போதிய)
(பசும்)

நேதாஜி சுபாஸ்சந்திர போஸீக்கு துணையும் நின்றார்
இந்திய தேசியப் படைக்கு ஆட்கள்
அனுப்பினார்(நேதாஜி)
பிரித்தானிய அட்டூழியங்களை எதிர்க்கத்
துணிந்தார்(பிரித்)
பிரித்தாளும் கொள்கைக்கு மறுப்பு சொன்னார்
(பிரித்தாளும்) (பசும்)

குற்றப் பரம்பரைச் சட்டம் எதிர்ப்புக் குரல்
தேவரவர்கள் கையிலெடுத்த போராட்டக் குரல்(குற்ற)
தென்னகத்து அரசியலில் தனித்த குரல்(தென்ன)
தேவருக்கு பலம் தந்தது இந்தக் குரல்(தேவருக்கு) (பசும்)

தேசியம் தெய்வீகம் இரு கண்களாய்
தெய்வீகத்திருமகன் கொள்கைப் பற்றாய்(தேசியம்)
திருநாட்டின் விடுதலைக்கு போராளியாய்(திரு)
தியாகியாக மாறி நின்றார் மறு உருவமாய்(தியாகி)
(பசும்)

தேவரின் குருபூஜை கோலாகலம்
மக்களின் நேர்ச்சைகளோ பல ஆயிரம்(தேவரின்)
பால்குடம் அலகு குத்தல் முளைப்பாரியாம்(பால்)
முடிகாணிக்கை பொங்கல்வைத்து அபிஷேகமாம்(முடி)
(பசும்)

கு.கணேசன். சாத்தூர்.

தென்னாட்டு சிங்கம்

பசும்பொன்னில் பிறந்த தங்கம்
யாருக்கும் அஞ்சாத தமிழகத்தை அங்கம்
மயக்க மருந்து என்று சிகிச்சை கண்ட சிங்கம்
பள்ளி படிப்பு முடிக்காத பட்டதாரி
தேசியம் காத்த உத்தம வீரர்
நாட்டை காத்து வந்த மக்களின் தோழர்
அரசியல் ஆட்டத்தை சமமாக ஆடியவர்
ஜாதித்தலைவர் அல்ல இவர் சாதித்ததலைவர்
ஆன்மீகத்துக்கு குரல் கொடுத்த இனிமையானவர்
மண்ணுக்கும் பொண்ணுக்கும் காவல் நின்றது நீரே
அறிவால் விவேகத்தையும் உடல் வலிமையால்
வீரத்தையும் ஒருங்கிணைத்த கம்பீர சிங்கம் நீரே
தமிழை வளர்த்த பரம்பரை நீரே
விடுதலை உணர்வை உண்டாக்கியதும் நீரே
அடிமைப்பட்ட தமிழர்களை அடியோடு - தலைசாய்க்க
நினைத்த வெள்ளையரை எதிர்த்து நின்றதும் நீரே
இமயம் போல் ஓங்கி உயர்ந்து நின்று
சுபாஷ் சந்திரனின் இணைச்சிங்கம் நீரே
பிறந்த தேதியிலேயே உயிர்நீத்த பசும்பொன்னே
உன் புகழ் பல்லாண்டு வாழ்க!!!வாழ்க!!!

- கவிச்சுடர் சு. பத்ம பாலா

பசும்பொன் முத்து இராமலிங்கத்தேவர்

தேவர் சிறந்த பேச்சாற்றல் கொண்டவர்//
மூன்று-நான்கு மணிநேரம் சொற்பொழிவாற்றும்//
நாவன்மை கொண்ட தெய்வத் திருமகன்//
தமிழ் மட்டுமல்லாது ஆங்கிலத்திலும் சிறந்த //
புலமை மிக்க அறிவு கொண்டவர்//
ஒரு சிறந்த ஆண்மீக வாதியாம்//
சாதி பாகுபாட்டை அறவே எதிர்ப்பவராம்//
இவரே சுதந்திரப் போராட்ட தியாகி//
இவரது பிறந்த நாளை அரசு//
விழாவாக கொண்டாடி வருவது சிறப்பு//
தெய்வத்திருமகன் என்ற சிறப்பு பெயர்பெற்றவரே//
உலகில் யாருக்குமே கிடைக்காத ஒன்று//
பிறப்பும் இறப்பும் ஒரே நாள்//
தேவர் மகான் வாழியவே!

தமிழகத்தின் உன்னத முத்தே
பசும்பொன் கண்ட மாணிக்கமே
உக்கிரபாண்டியாரின் உயிர்த்தங்கமே!
நேதாஜியின் வாரிசு வைரமே!
அரசியலில் விடியல் வெள்ளியே!
தேசியத்தின் எங்கள் இரும்பே!
தெய்வீகத்தின் அருள் செம்பே!
தேசத்தின் ஈர்ப்பு பிளாட்டினமே!
மதங்களை இணைத்த மாண்பாளரே!
சாதியை சாடிய சமூகஆர்வலரே!
சத்திய வழியின் காவலரே!
ஆலயப் பிரவேசம் நடத்தியவரே!
ஆங்கிலேய அரசின் எதிர்ப்பாளரே!

விவசாயத்தைக் கரம் பிடித்தவரே!
தேர்தலில் வென்று சாதித்தவரே!
குற்றப்பரம்பரைக்குளதிராக போராடியவரே!
குலதெய்வமாய் காட்சி அளிப்பவரே!
கைதொழுவோம் கனவு நிறைவேறட்டும்!

படைப்பாக்கம்
கவிஞர் ச.குமார்,
22இசாஸ்திரி 4 வது தெருஇ
சிவகங்கை-630561
8610845737

மனிதனுடை ஆசை மேலோங்கி விட்டால் அவன்
ஆண்டவனையே ஏமாற்ற துணிகிறான்- பசும்பொன்
தேவர்.

தென்நாட்டு சிங்கம்

தெற்கு திசை தேசத்துல சூரியனையாய் உதித்தவரே.......
மண்ணாலும் வம்சத்துல மனசால பிறந்தவரே......
எங்கள் தென்நாட்டு சிங்கமே.....

கருவேலங்காட்டு மண்ணில் சந்தனமாய் பிறந்தவரே....
நெறிஞ்சு முள்ளு பூமியிலே குறிஞ்சி பூவாய்
பூத்தவரே......
எங்கள் தென்நாட்டு சிங்கமே.....

குற்றப் பரம்பரை சட்டம் எதிர்த்தவரே...
எழைகளையும் எளியோரையும் காத்தவரே...
எங்கள் தென்நாட்டு சிங்கமே.....

மக்களுக்கு பிடித்தவரே சாதித்து காட்டியவரே.....
சத்தியத்தை காத்தவரே சொன்னபடி
வாழ்ந்தவரே.....

ஊருக்காக வாழ்ந்த சிங்கமே வீர தமிழினத்தின் சொக்க
தங்கமே....
அவரே நம் பசும்பொன் காத்த
எங்கள் தென்நாட்டு சிங்கமே...........

வாழ்த்த வயது இல்லை உம்மை வணங்குகிறேன்.
வாழ்க உம் புகழ்.....................
பசும்பொன் முத்துராமலிங்க தேவர்

த.கலைச்செல்வம்
தூய சவேரியார் கல்லூரி.

அக்டோபரில் உதித்து
அக்டோபரிலே உதிர்ந்த
ஆன்மீகவாதியே!
இந்துவாக பிறந்து
ஆறுமாதத்திலேயே
ஆயிஷா தேவியின்
இஸ்லாமிய கிருத்துவ
பள்ளியில் கல்வியாலே கிருத்துவராக வளர்ந்து
ஈன்ற நாட்டிற்கு
சொற்பொழிவாற்றி
வீரத்தை ஊட்டியவரே!
காளானை காலால் உதைத்தவராம்!
காளானை கண்ணால் எரித்தவராம்
என்று சிவபெருமானுக்கு
கொடுத்த இலக்கணமாம் என்று முழங்கியவரே!
தலித் மக்களை கோவிலுள் தலைவணங்க செய்தவரே!
நேதாஷியின் நேசனே!
குருபூசை மூலம் கொண்டாடும்
குலசாமியே!
கும்பிட்டுச் செல்ல
குதுகலத்தோடு வரும்
மக்கள் கூட்டமே!
உன் சொற்பொழிவு என்றாலே
அனைவருக்கும் நாட்டமே!
உனக்கு குருபூசை திருவிழா கொண்டாட்டமே!
சாதிய வெறியர்களுக்கு திண்டாட்டமே!
பசும்பொன்னின் பகலவனே!
பாரினை தன் வசப்படுத்தியவரே!

ஆ.கலா கரூர்

தேசியம் காத்த உத்தமர்

குரு வாழ்க! குருவே துணை!
பசும்பொன் மண்ணில் உதித்த முத்தே!
மனித குலத்தை நேசித்த மாமனிதரே!
நேதாஜிக்கு தோள் கொடுத்த சிங்கமே!
திருநீற்றை நெற்றியில் அணிந்த தூய்மையாளரே!
வெள்ளையனை நடுங்க வைத்த சிங்கமே!

வீர தீரம் இரண்டிலும் பேசும் பேச்சாளரே!
வேகத்துடன் விவேகத்தை கடைபிடித்து வாழ்ந்தவரே!
கர்மவீரர் போற்றி புகழ்ந்த மாணிக்கமே!
ஆன்மீகம் அரசியலை துணிவோடு சாதித்த சிங்கமே!

சரித்திரம் பேச வைத்த சமத்துவ திலகரே!
இளைஞர் படைத்திரட்டி வீறு கொண்டவரே!
தேச பக்தியை வீறுகொண்டு எழ வித்திட்டவரே!
ஆண் பெண் சமத்துவத்தை வரவேற்றவரே!

ஆன்மீகமும் தேசியமும் கண்களாக காத்தவரே!
வன்முறைக்கு நீதி விசாரணை வித்திட்டவரே!
எல்லாரையும் நன்பவராக கருதிய மாமனிதரே!
தேசத்தை பற்றி பேசுவது சிந்திப்பது எழுதுவதே
சேவையாக வாழ்ந்தவரே!

உண்மை, நேர்மை. உயர்வே என வாழ்ந்தவரே!
உமது கருத்துக்கள் சிந்தனைகள் ஓங்குக!
நீவீர் புகழ் என்றும் ஓங்குக!

வழக்கறிஞர் வி.உமாசங்கரி இராமநாதன்
சென்னை
அலைபேசி எண் 9150049190.

இந்து மத வித்தில் பூத்த முத்து அய்யனே,
கிறிஸ்தவ மத குருவிற்கும் குருவானாய்,
முஸ்லீம் மத தாயின் பாலமுது உண்டாய்,
மும்மதமும் முத்தமிட்ட முதல்மகன்,
பாரதத்தாயின் மூத்த மகன்,
ஏனையோர்க்கும் ஏழைப்பங்காளன் நீ,
ஏழைகள் பலருக்கும் கர்ணன் நீ,
சொத்தின் மீது ஆசை கொள்ளாத சித்தன் நீ,
அரசியல் சாணக்கியர் நீ,
பழனியாண்டவனின் மறு உருவம் நீ,
பளபளக்கும் மேனியன் நீ,
ஆங்கிலேயருக்கு அரக்கன் நீ,
கணித சோதிட வள்ளுவன் நீ,
ஜீவராசிகளிடம் நீங்காத அன்பு பாராட்டும் பரமன் நீ,
தென்னாட்டின் சிங்கம் நீ,
சாதியை சாடாத சத்யன் நீ,
வீரத்தமிழன் நீ,
மேடை பேச்சில் இமயம் நீ,
சொற்பொழிவு சோலை நீ,
எப்போது ஐயா வருவாய் நீ...?

எங்களுக்கு எப்போது தருவாய்
உமக்கே உமக்கான தெவிட்டாத சொற்பொழுவும்,
பார் பாராத பாரளுமன்ற ஆட்சியும்,
சனங்கள் காணாத சட்ட மனற் ஆட்சியையும்...,
இன்னும் நீ எங்களிடையே வாழ்ந்து கொண்டுதான்
இருக்கிறாய்

கற்சிலையாக, பொற்சிலையாக, வில்லுப்பாட்டிலும்,
நீர் எமக்கு தந்த சொத்தின் பலனாய் வந்த
வீட்டு சுவற்றின் கல்லிலும் அத்துனை
வீரத்தமிழனின் மனதிலும்
வாழ்ந்துகொண்டுதான் இருக்கிறாய்
தேவாதி தேவராக,
 மன்னாதி மன்னராக,
வீராதி வீரராக,
கர்ணனாக,
சீதக்காதியாக,
அருட்பெருஞ்சோதியாக,...
வீரத்தமிழ் மகனார்
திருமுருகு பசும்பொன் முத்து இராமலிங்க தேவர்
திருவடிகள் போற்றி போற்றி போற்றி.. ▶ ▶ ▶

கவிஞர் பெயர்:அழகு அதிகேயன்
இயற்பெயர்:கார்த்திகேயன்.அ
விலாசம்:அ.கார்த்திகேயன்,
8,மதுரைவீரன் கோவில் தெரு,
மலையடிவாரம்,பொன்மலைப்பட்டி,திருச்சி-4.

தேவர் என்னும் நாட்டுப்பற்றாளர்

அன்னைத் தமிழ் சமூகத்தின்
ஆகச்சிறந்தவரே! ஐயா பசும்பொன் தேவரே!
நீங்கள் என்ன? தமிழுக்குத் தலைமையனா!
இல்லை... அழகுத் தமிழ் பேச்சிற்குத்
தலைவனா! உங்கள் வார்த்தையால்,
உள்ளத்தின் உணர்வுகளும் எழுச்சிப்
பெறுகிறதே! அந்தக் கண்ணின் நரம்புகளும்
கிளர்ச்சி செய்கிறதே! எங்கள் வாழ்க்கையில்,
நித்தம் நித்தம் வார்த்தையால் யுத்தம் செய்யும்
தேவரே! பஞ்சும் பறக்கிறதே! நெஞ்சும்
நெருப்பாகிறதே! சுத்தமான சுதந்திரக்
காற்றை சுவாசிக்க...! உங்கள் பேச்சைக்
கேட்டப் பிறகு! கடல் அலைகளுக்கிடையே
போட்டி வந்ததுபோல, எங்கள் கை
நரம்புகளும் போட்டிப்போடுகிறதே!
உங்கள் பேச்சினால், மூளையும் முரசைத்
தட்டுகிறதே! தவறென்றால் உடனே
சுட்டுகிறதே! குற்றப் பரம்பரைச்
சட்டத்திற்கெதிராக குரல் கொடுத்தவரே!
குற்றமில்லாமல் வாழ்ந்தவரே! "வீரமற்ற
விவேகம் கோழைத்தனம்! விவேகமற்ற வீரம்
முரட்டுத்தனம்!" எனச் சொல்லி அரசியல்
மேடையை அதிரவைத்தவரே! தேசியத்தில்
தெய்வத்தையும், தெய்வீகத்தில்
தேசியத்தையும் ஒன்றாகக் கலக்காதவரே!
"தலைவர்கள் தத்துவங்களை
உருவாக்குவதில்லை! தத்துவங்கள்தான்
தலைவரை உருவாக்குகின்றன!" எனச்
சொல்லி, தலைவனுக்கு இலக்கணம் வகுத்து,
வரலாற்று இலக்கியமாய் வாழும் உங்களை,

"நீங்கள் பத்தாவது திங்களில் பிறந்து,
அதிலேயே இறந்தவர் என்பதால், உங்களை
பத்தோடு பதினொன்றாக வைத்துவிட
முடியாது!!!" தமிழ்ச் சமூகத்தின் ஆகச்சிறந்த
பத்து பேரில் தலைசிறந்தவராகிய நீங்களே!
தன்னிகரற்ற தமிழ்ச் சமூகத்திற்கு
தன்னேரில்லா தலைவர்!

- கவித்தென்றல் கோ. திருநிவாசன்,
இளங்கலை முதலாம் ஆண்டு பொது நிர்வாகவியல்,
அரசு கலைக்கல்லூரி (தன்னாட்சி),
கோயம்புத்தூர்-18

தெய்வத் திருமகன்
தென்னகத்து தேவர்
தென்னாட்டு சிங்கம்!

சாதி பாகுபாடு இல்லாத சமத்துவாதி !

ஆன்மீக வாத
ஆணின் இலக்கணவாதி!

மனிதருள் மாமனிதன்
மாபெரும் தேசிய தலைவன் !

தேசியமும் தெய்வீகமும்
என் இரு கண்கள் என்ற வரிகளுக்கு சொந்தக்காரன் !

கலைகளில் கைதேர்ந்தவர் கதர்ஆடைக்கு
சொந்தமானவர் !
அணையில்லாத அவரது பேச்சு அனைவரின் வசமானது!
வீரமானவர் விவேகமானவர்
விருதுநகர் காமராஜருக்கு வரி கட்டி
காங்கிரசையே காத்தான் என்ற பட்டத்தை பெற்றவர் !

பெண் ஊழியருக்கு பிரசவகால
ஊதியம் வாங்கித் தந்த பெருந்தலைவர்!
ஜனனமும் மரணமும் ஒரே நாளில்
சங்கமித்த சரித்திரம் உடையவர்!

-சங்கரிமுத்தரசு

தேசியத்தின் உணர்வூட்டம் நீங்கள்
தெய்வீகத்தின் உயிரோட்டம் நீங்கள்
இந்திய சுகந்திரத்திற்கு அகிமை மட்டுமே தீர்வாகாது
என சுபாஷ்சந்திரபோஸின் கரத்தை வலுபடுத்த
கரைபடியா கரம் கொடுத்த காண கிடைக்கா
கோடான கோடி தமிழழனத்தின்
களங்கரம் விளக்கம் நீங்கள்

சாதி மத பேதமில்லா
சமத்துவ சமூகம் காண நினைத்த
யுக புரட்சியாளன் நீங்கள்
மாறாக இன்று சாதியின் பெயரில்
சண்டாளர்கள் சகதியாக்கி உங்களின் பெயரில்
சாதி சங்கம் ஊரெங்கும்..

நாடே தூக்கி வைத்து கொண்டாட
வேண்டிய நாயகன் நீங்கள் மாற
ஊரெங்கும் சாதி சங்கம் சவுக்டி கொடுக்க
சாமியாய் மீண்டு வாருங்கள்

தேவர்.....மண்ணில்....உதித்த தினம் இன்று....

ஆயிரம் ஆண்டு அவர்கள் யுகம் அமர்ந்து சொல்ல
வேண்டும்.......

சதம் நட்சத்திர நாளில் உதயமானர்......

ராமநாதபுரத்தில் வாசலிலே சிலை நிற்கவே.......

என்ன தவம் செய்தாயோ பாண்டியனின் மி.......

வானின்றி நிற்கும் தேவர் உன் வருகை கண்டு
பொறாமை கொள்ள சிற்பக்கூடம்

உன் நடை கண்டு பொறாமை கொள்ளும் மாயம் நீ
அறிவாயோ.......
எழுதிய ஏடுகளும்....
வரைந்த ஓவியமும்.....
சிலைகள் அழகுகள் நிறைந்த கூடம் காண
சிலைவருவது கலைக்கூடம் செய்த தவமோ.....

எனது இதய தோட்டத்தில் பூத்திருக்கும் அனைத்து
மலர்களையும் உங்கள் பாதங்களைத் தேடி அனுப்பி
வைத்திருக்கிறேன் வாழ்த்து சொல்ல

ம. நதி மலர்
இளங்கலை தமிழ் முதலாமாண்டு மாணவி
வள்ளுவர் அறிவியல் மற்றும் மேலாண்மைக் கல்லூரி
கரூர்

முத்துராமலிங்க தேவர்

இந்து சமய பெற்றோருக்கு பிறந்து
முஸ்லீம் மடியில் தவழ்ந்து வளர்ந்து
கிருத்தவரின் அரவணைப்பில் வாழ்ந்து
வீரமகனாக வலம் வந்த தளபதி!

உடையிலும் மனதிலும் தூய வெள்ளை,
ஆன்மீகத்தில் சித்தர், கல்வியில் வித்தகர்,
வீரத்தில் அரசன், தென்னாட்டு போஸ்,
குணத்தில் சமதர்ம தியாகச் செம்மல்!

குழந்தை பருவத்தே விடுதலை வேட்கை,
நாட்டு பற்றில் சேர்ந்தார் காங்கிரசில்
தாழ்த்தப்பட்ட மக்களுக்கு சம உரிமை!
போராடினார் ஏழை தொழிலாளி நலனுக்காக...

ஆலயத்தில் நுழையவிட்டார் அரிசனங்களை
பதவி ஆசை இல்லை பணி ஆசை மட்டுமே...
சுவாசித்தார் சுதந்திரத்தை உயிர்மூச்சாக,
அரசு பதவி இரு முறை துறந்த பற்றற்றவர்!

சிறையில் வேதனையோடு ஒன்பது ஆண்டுகள்!
அரசியல் தலைவருக்கு வழிகாட்டி இவரன்றோ,
வியக்கும் பணிவில் போராட்டம் பல பல.....
மறைந்தாலும் மக்கள் மனதில் வாழ்பவர்!!

K Fionna

தென்நாட்டு சிங்கம்

"மாலைக்குக் கழுத்தை நீட்டும்போது மகிழ்கின்ற
நெஞ்சம்
தூக்குக் கயிற்றை நீட்டும்போதும் மகிழ வேண்டும்.
அவன்தான் உண்மையான வீரன்"

"உண்மை சொல். உறுதியாய்ச் சொல்.
இறுதிவரை சொல். அவனே உண்மையான வீரன்'

"தேசியம், தெய்வீகம், வீரம், விவேகம்,
உண்மை, உறுதி இவையே தலைமையின் தகுதி"

'உண்மையான தலைவன் மாலையையும்,
தூக்குமேடைக் கயிற்றையும் சமமாக மதித்து
ஒத்துக்கொள்வான்"

பசும்பொன் தேவர்
(தென்னாட்டு சிங்கம்)

ravichandranvgnr@gmail.com(KAVITHAI)

பசும்பொன் என்ற ஊரில் புது வரலாறு பிறந்தது...!
மனிதனாய் பிறந்து கடவுளாய் இருக்கும் எங்கள்
தென்னாட்டு சிங்கமே...!
உங்கள் வரலாற்றை பேசினால் வார்த்தைகள் போதாது..!
தென்னாட்டு சிங்கமே உங்கள் தேசப்பற்றை நினைத்து
நினைத்து
சில்லென்று பறக்கும் தேசியக்கொடி..!
முஸ்லிம் தாயால் வளர்க்கப்பட்டு
முழு ஆன்மீகவாதியாகவே வளர்ந்து வந்தார்
தென்னாட்டு சிங்கம்..!
அரசியலில் கால் பதித்து வெற்றி கண்டு
தன் அறிவிக்க பேச்சாளர் அனைவரையும் கவர்ந்த..!
தரையில் விழுந்து கிடந்த தாழ்த்தப்பட்டவருக்கு
தன் சொத்தை கொடுத்து தலை நிமிர்ந்தினார்..!
கோவிலின் உள்ளே அனைவரும் செல்ல
கைகோர்த்து நின்றவரும் இவர்தானே..!

உன் புகழும் பெருமையும் நீர் செய்த நன்மையும்
என்றும் மறக்காது மறக்காது இந்த மண்ணிலே..!
வீரத்தையும் விவேகத்தையும் எங்களிடத்தில்
விதைத்து விட்டாய் அது வீரியத்தோடு வளர்ந்து
வருகிறது..!
தென்னாட்டு சிங்கமே..! ஜாதி தலைவராய் உன்னை
சேர்த்து விட்டாள்

உன் புகழை சரித்து விடலாம் என்று நினைத்து
விட்டார்கள்..!
நாங்கள் இருக்கும் வரை உன் வரலாற்றை
எவராலும் அழித்து விட முடியாது..!
வீரம் விளைந்த மண்ணில்..!
பார் போற்றும் பசும்பொன்னில்..!
தேசியமும் தெய்வீகமும் இரு கண்ணில்..!
உண்மைக்கு மறு பெயர் என்னும் சொல்லில்..!
உலக தமிழர்கள் போற்றும் உத்தமரே..!
எங்கள் தென்னாட்டு சிங்கமே..!
உன் புகழ் எழுதப்பட்டது தேசிய தலைவர் என்று..!
ஆம்..! இன்று அக்டோபர் 30
அனைவரும் மரியாதை செலுத்திட ..!
ஆலமரமாக நீர் எங்களுக்கு நின்றிட..!
வேர்களால் நாங்கள் உம்மை வணங்கிட..!
வாழ்க பசும்பொன்..! வளர்க உன் புகழ்..!

கவிஞர் சு. மகேந்திரன்
தூய சவேரியார் கல்லூரி

தமிழனை யாராலும்
வெல்ல முடியாது நம்மிடையே
உள்ள வஞ்சகம்.. சூழ்ச்சி..
பொறாமை.. பதவி..
பணத்தாசை.. இவை தான்
நம்மை அடிமையாக்கியதே தவிர
வீரமோ ஆயுதமோ கிடையாது ._தமிழனை

ஓடுகிற தண்ணீர் ஆன்மீகம்
அது மண்ணையும் மனிதனையும்
வளமாக்கும்.. தேங்கி கிடைக்கும்
குட்டை நீர் நாத்திகம்
அதில் புழுப் பூச்சிகள் உண்டாகி
மண்ணையும் மனிதனையும்
அழித்து விடும். _தமிழனை

மனிதனுக்கு துணிச்சலை
போன்ற உண்மையான
நண்பன் உலகில் வேறு
யாருமில்லை.. பிரச்சனைகளை
சந்திக்காமல் வாழ நினைப்பவன்
வாழ தகுதி இல்லாதவன்._தமிழனை

யாவரும் வாழ்க என்று
சொல்லுங்கள்..
ஒழிக என்று சொல்லாதீர்கள்..
நல்லவைகள் வாழ்க என்று
சொன்னால் நீங்கள்
நினைக்கின்ற கெட்டவைகள்
ஒழிய தானே செய்யும்._தமிழனை

நான் எந்த ஜாதியோ அல்லது
மதமோ கிடையாது
நான் வெறும்
ஆன்மா மட்டுமே .,

முனைவர் ஆ. டேவிட் ஞானராஜ்

தேசியம் காத்த உத்தமர்

மனிதனாகப் பிறப்பவர் பலரே//
மனிதனாக வாழ்பவர் சிலரே//
மக்கள் உள்ளத்தில் மாமனிதனாக வாழ்ந்து//
அரும் பணியாற்றி அனைவரின்//
உள்ளங்களில் நீங்கா இடம் பிடித்தாரே//
கிராம சொத்துக்கள் எல்லாவற்றையும்//
சமுதாய மக்களுக்கு தானமாக//
கொடுத்த கொடை வள்ளலே//
உம் பணி மகத்தானதே//
உழைக்க மட்டும் தானே தெரியும்//
பதவி சுகம் எதுவும் தெரியாதே//
மக்களின் உயிர் மூச்சு//
ஊருக்கு நல்லது செய்ய
தயக்கம் காட்ட மாட்டாரே//
ஆங்கில அரசு வாய்ப்பூட்டு சட்டம் போட்டதே//
ஆதியிலும் ஊமையல்ல
வியாதியிலும் ஊமையல்ல என்று உரைத்தாரே//
சர்க்கார் போட்ட சட்டத்திலே ஊமையானேன்//
திறக்கும் சாவி ஊங்கள்
கையிலுள்ள//
ஓட்டு என்று உரக்கச் சொன்னாரே//
உடலுக்கு அழகு மட்டும் போதாது//
அக அழகும் மனதை அடக்கும்//
ஆற்றலும் அமைய வேண்டுமே//
வீரத்திற்கு அழகு தன்னடக்கமே//
தன்னடகத்தை தரும் வீரமும்//
பக்தியும் இணைய நாட்டை//
தீமைகள் அண்டாது என்றாரே//
மரணத்தை தவிர எதையும்//
உரிமை கொண்டாட முடியாதே//

தேசிய தெய்வீகம் காத்த//
செம்மல் தானங்கள் செய்த பெருமகனார்//
பிறந்த நாளும் மறைந்த நாளும்//
ஒரே நேரத்தில் வருவது சிறப்பே//
யாருக்கும் இந்த வாய்ப்பு கிட்டாதே//
மண்ணில் சாதனைகள் நிகழ்த்தி//
மக்கள் மனதில் அன்றும் இன்றும்//
என்றும் நீங்காத இடம் பிடித்தவர்//
பசும்பொன் முத்துராமலிங்க தேவர் என்றால்
மிகையாகதே//
ம.செ.அ.பாமிலா பேகம்,நாகர்கோவில்
பாரத மண்ணிலே உதித்த முத்தே//

தமிழுக்கே அமுதாய் மலர்ந்த சொத்தே//
பாரும் இன்று உம்மை பேச//
தடம் பதித்துச் சென்ற நாயகரே//
மேடை மேடையாய் காலை பதித்து//
கரகோஷம் பெற்ற கண்ணிய போதகரே//
பற்பல புகழை மகுடமாய் சூடி//

இன்ப ஊற்றாய் மாந்தரின் மனதிலே//
மக்களுக்கு தோழனாய் அவர்களுக்கு உயிருமாய்//
வளம் வந்து கொண்டு இருக்கிறீர்//
தமிழுக்கு நேசராய் நாட்டிற்கு பக்தராய்//

உபதேச அம்பை வீரமாய் வீசி//
கணிவையும் பணிவையும் அதிலே காட்டி//
கபடம் இல்லாத கதைகளும் பேசி//
ஒளி முகத்தினை ஒழிக்காமல் காட்டி//
ஒத்தடம் கொடுத்தீர் ஓட்டுமொத்த உலகுக்கும்//
தங்களின் பேச்சில் சகலதும் கண்டேன்//

மறைந்து இருக்கும் ரகசியமும் கண்டேன்//
மடமை சமூகம் மயங்காமல் இருக்க//
உமது பேச்சிலே வழியும் கண்டேன்//
பாரத தமிழனின் புகழ் வாழ்க
புண்ணிய நேசனின் சிறப்பு ஓங்குக//

பசும் பொன் ஈன்றெடுத்த
பாரத தாயின் தவப்புதல்வனே
பகைவர்கள் நடுங்கிட வாழ்ந்த
பார் போற்றிய சிங்கமே!
இந்துவாய் பிறந்து
முஸ்லிம் வீட்டில் வளர்ந்து
கிறிஸ்தவ பள்ளியில் படித்து
சமுதாய நல்லிணக்கம் கண்டவரே!
வீரத்தில் சுபாஷ் சந்திரபோஸையும்
விவேகத்தில் விவேகானந்தரையும்
குருவாக ஏற்று நடந்த உங்களுக்கு
குரு பூஜை ஊரே கொண்டாடுகிறது!
கல்வி கண் திறந்திட்ட காமராஜருக்கு
காலத்தில் உதவிட்ட காவலரே
காலங்கள் கடந்திட்டாலும் என்றும்
கரையாது நீர் கண்ட கைமாறு!
.போராட்டத்திற்கு சுற்றத்தினருக்கு வீரத்தை விதைத்த
சுயநலமற்ற தீப சுடரே
சுடரொளி வீசும் என்றும் உம் புகழ்!

அ.செ.ஆருத்ரா
ஏழாம் வகுப்பு " அ" பிரிவு
நகர மேனிலைப் பள்ளி
கும்பகோணம்-612001

முடிசூடா மன்னராக தேவர் திருமகனார்;

தென்னகத்தின் திருவிளக்காம்//
தெய்வம் தந்த ஒரு விளக்காய்//
பசும்பொன் மாநகரின் தெய்வம்//
அவதரித்த தெய்வர் திருமகனார்//
தீரத்தையும் நற்பனிகளையும்//
என்னிலடங்கா தியாகத்தையும்//நன்றியுடன்
நினைவுகூர்ந்து//
கொடுங்கோள் சட்டத்திற்கு எதிராய்//
மக்களை அனிதிரட்டியவர் நீர்//
ஆங்கிலேயர் ஆட்சிக்கு எதிராய்//
நேதாஜியின் கரத்தை வலுப்படுத்தி//
தேசத்திற்குத் தொண்டுச் செய்தார்//

பிறப்பால் ஒருவர் குற்றவாளி ஆக்கும்//
தண்டனைச் சட்டத்தை எதிர்தெழுந்தார்//
குற்றப் பரம்பரைச் சட்டத்திற்கு எதிராய்//
வளிமையானப் போராட்டம் கன்டார்//
பாராளும் மன்றம் சென்ற மகான்//
பாரெல்லாம் வியக்கச் செய்தார்//
விவசாயிகளுக்கு சங்கம் வைத்து//
உழுதவனுக்கு நிலம் என்றார்//
தமிழகத்தின் தலைவர்களில்//
தலைக்கு மகுடம் சூட்டப்பட்டார்//
உதடுகளல்ல உள்ளத்தாலும் கூட//
உண்மையான வாழ்ந்து நீத்தார்//

_நன்றி
புலவர்.சோனா.மதியழகன்
குறிச்சி.நாகப்பட்டினம்.மாவட்டம்
புவனம் என்.9487889233.

"மனமும் குணமும் கவிதை".

ப - சித்திரு, தனித்திரு, விழித்திரு என்ற வள்ளலாரின்
வழியை பின்பற்றி .....

சு - னாமி யென இளைஞர்களை தன் ஈர்ப்பால் தம்
வசப்படுத்தி ....

ம் - என கூறினால், செயல் படுத்த நேதாஜியின் அன்பை
பெற்று ....

பொ - ண், பெண், மண் இவையாவும் அர்ப்பமென
கருதி ....

ன் - நாவிற்கு இனிய சொற்க்களை மேடையில்
அரங்கேற்றி ..

உ - உண்மையை பின்பற்றி உலகினை தம் பக்கம்
ஈர்த்து....

மு - யற்சியையும், தன்னம்பிக்கையையும் தன்
உயிரெனக் கொண்டு ....

த் - தைரியம், துணிவு, அறிவு இவைகளை தம்
இதயத்தில் சுமந்து

து - எசிமாலை, ருத்ராட்ஷ மாலையை பக்தியுடன்
கழுத்தில் அணிந்து ....

ரா - ட்டையை நூற்ற அண்ணலின் வழியை
கடைபிடித்து ....

ம - மங்கலம் நிறை நெற்றியில் திருநீரு அணிந்து ,
ஆண்மீக வழி பயணித்து ....

லி - வலிமை மிக்க இதயத்தில் , கருனையுள்ளம்
படைத்திட்ட இறைவனை போற்றி ....

ங் - அங்கொன்றும் , இங்கொன்றுமாய் , சிதறிக்கிடந்த
மக்களை , ஒன்றுதிரட்டி சுதந்திர வேள்வியில் தம்முடன்
கலந்திடச் செய்து ....

க - திரவன் போல் ஒளிமயமமான மலர்ந்த முகத்தோற்றம்
கொண்டு ....

ம் - ஹிம் , ஹம் , ஓம் எனும் பிரனவ மந்திரத்தை
அனுதினமும் நாவில் உச்சரித்து ....

காற்றாக , கடலாக, மழையாக தமிழக,
மக்களின் நெஞ்சங்களில் நிறைந்திட்ட
தேவர் ஐயாவின் புகழ் எள்ளளவும் மங்காது ...!!!

அன்புடன் ,
வெங்கடசுப்பிரமணியன் . N.M.

தேசியம் காத்த தெய்வீகத் திருமகன்

தேசத்திற்காகவே தன் தேகத்தைத் தந்தவர்
மக்களின் மாண்புகளைக் காத்தவர்
தன் பிறவியை எல்லா உயிர்க்கும் அளித்தவர்
தன்னுயிரை உருக்கித் தன் தேசத்தை ஒளிஊட்டியவர்
அரசியலுக்கு அகராதி எழுதியவர்
ஆன்மீகத்தின் அடிமுடியைக் கண்டவர்
நாட்டுப்பற்றை மக்களின் நாடி நரம்புகளில் ஏற்றியவர்
தன் பிறப்பை உலகினுக்கேத் தந்து உயர்த்தியவர்
சமத்துவத்தை பேச்சினில் காட்டாமல் செயலில்
காட்டியவர்
தன் செயலினை மூச்சினை தேசத்திற்காய் தந்து
உயர்ந்தவர்
மக்களுக்காகவே வாழ்ந்து மக்களுக்காக தன்
வாழ்நாளைத் தந்து மகத்துவம் ஆனவர்

அ.சத்பதி

கற்பகநாதர்குளம் தெற்கு,
கற்பகநாதர்குளம் அஞ்சல்,
திருத்துறைப்பூண்டி வட்டம்,
திருவாரூர் மாவட்டம்,
அ.கு. எண்:614703.
கைப்பேசி:9865030071.
Email: kalvitamil1984@gmail.com

இறந்தவர் எல்லாம் மறைவது அல்ல;
பிறந்தவர் எல்லாம் நிலைப்பது அல்ல;
அதுபோல், இறந்தவர் உன்போல் இறந்ததுண்டு;
ஆனால், மக்கள் மனதில் நிலைப்பதன்று;
அளவற்ற நட்பை போஸ் வைத்தார் உன்மேல்;
பசும்பொன் என்ற ஊரில் உதித்தார் நம் செம்மல்;
சீனிவாசனின் நட்பால் அரசியலில் சேர,
தன் தாயின் கடைசி மகன் என்று போஸும் கூற,
விலையுயர்ந்த ஆடைகள் வீண் என்று எண்ணி-
தவிர்த்தார்;
செந்தமிழ் பெருமைகள் அழியுமோ? அன்றும்;
உன்னை செந்தமிழ் நாடும் மறக்குமோ ? என்றும்!!!
தேசம் காத்த உத்தமர்

மனிதனாகப் பிறந்து மாமனிதனாக வாழ்ந்தவர்//
அரும் பெரும் பணிகள் ஆற்றியவர்//
கல்வியில் மட்டுமா பல்துறையிலும் வித்தகர்//
சொந்த நிலத்தை தானமாக வழங்கிய வள்ளல்//
வீரமில்லா வாழ்வு வீண் என்றவர் //
தேசியம் உடல் தெய்வீகம் உயிர் என்றார் //
மக்கள் தொண்டு செய்தவர் //
புளியம் பழம் போல் வாழச் சொன்னார்//
அறிவு மிக்க பேச்சால் மனதை ஈர்த்தவர்//
கோவிலுக்கு அனைவரும் செல்ல வழிவகுத்தவர்//
தேசிய விடுதலையை சுவாசித்தவர்//
மேடை தோறும் விவேகமாக பேசியவர்//
வங்கத்து சிங்கத்துக்கு உதவிய தென்னகத்து சிங்கம்//
சற்றும் அயராது போராடியவர்//
வற்றாத புகழைப் பெற்றவர்//
தமிழன் வீழ்ந்து விடாமல் இருக்க காரணமானவர்//
அரசியலில் வென்றவர்//

ஊருக்கு உழைத்த உத்தமர்//
தமிழ் உலகத்தின் வீரர் தெய்வமாக நின்றவர்//
சாதியை ஒழித்து சாதித்துக் காட்டியவர்//
பிறந்ததும் இறந்ததும் ஒரே நாளில்//
அதைச் சரித்திரம் பேசுது இந்நாளில்//
வீரம் போற்றும் மண்ணில் பார் போற்றும் பசும்
பொன்னாய்//
தேசியம் காத்த செம்மலே//
உம் புகழ் எழுதப்பட்டது தேசியத் தலைவர் என்று//
வாழ்க உம் தொண்டு! ஓங்குக உம் புகழ் !

Dr.J.RAJAKUMARI. D
.TEd.,M.A(Tamil).M.A.,(Sociology).M.Ed.,P.hd.
Assistant Professor of Tamil
Christopher arts and science college.Nanguneri.Tirugnelveli.
jrajakumari85@gmail.com
9944691923

தென்னாட்டு சிங்கம்

ஆன்மீக வழி நின்ற ஆனந்தம் கண்டவரே !
சாதி பாகுபாட்டை எதிர்த்த தேவரே!
சுபாஷ் சந்திர போசுக்கு படைதிரட்டி தந்தவரே !
தெய்வத் திருமகனாக உதித்த உக்கிரபாண்டி மகனரே !
தேசியம் காத்த செம்மலாய் விளங்கியவரே !
தன்னலம் மறந்து சிறை சென்ற தேசிய வாதியே !
தவசிக்குறிச்சிக்கு கிடைத்த தவ புதல்வரே !
பாராளுமன்ற உறுப்பினராக பதவி வகித்தவரே !
தாழ்த்தப்பட்டவர்களுக்காக ஆலய நுழைவு
போராட்டம் நடத்திய ஆளுமையே !
அன்புக்கு பாத்திரமாக மாறிய பசும்பொன் தங்கமே !
மதுரை கோரிப்பாளைத்தில் சிலை கொண்ட
உன்தையே!
மாவட்டப் பெயரை தனதுயாக்கிய தமிழ் மகனே !
தங்க கவசத்தில் காட்சி அளித்த ஆண்மகனரே !
வெண்கல சிலையாய் நிற்கும் தென்னாட்டு நாயகனே!
குருபூஜைக்கு ஏற்ற குன்றா புகழ் ஆரமே !
செம்பணியாய் விவசாயத்தை போற்றியவரே !
பசுமலை யில் பள்ளி படிப்பை பயின்றவரே !
தமிழில் தீரா மோகம் கொண்ட தமிழ் நேசனே !
அறிவால் விவேகத்தையும் ஆரோக்கிய
வலிமையால் வீரத்தையும்! ஒருங்கே பெற்றவரே !
சுவாமி விவேகானந்தர் வாசிகசாலையை திறந்தவரே !
சேதுபதி மன்னர்க்கு எதிராக அகில இந்திய காங்கிரஸ்
கமிட்டி தலைவராக இருந்தவரே !

கவிஞர்.சை.சபிதாபானு
காரைக்குடி
ஆங்கில ஆசிரியர்

தேவர் என்னும் நாட்டுப்பற்றாளர்

ஆன்மிகவாதியாக விளங்கினாயே ..
சாதி பாகுபாட்டை எதிர்ப்பவராய் இருந்தாயே ..
சுதந்திரத் தியாகியாக விளங்கினாயே ..
பிரித்தானிய அரசை எதிர்த்த
இந்திய தேசிய இராணுவத்திற்குத்
தமிழர்களைத் திரட்டி அனுப்பினாய் ...
பசும் பொன்னில் பிறந்தாயே...
இலட்சக்கணக்கான மக்களால் புகழப்படுகிறாயே ...
முத்துராமலிங்கத்தேவர் என அழைக்கப்படுகிறாயே ..
உன்னுடைய சிலைக்கு தங்கக் காப்பு அளிக்கபடுமே .....
சிறந்த பேச்சாற்றால் கொண்டாவனே ...
தெய்வத் திருமகன் எனப் பெயர் பெற்றாயே ...
தொழிலாளர்களின் தோழனாயே ...
தேசியம் எனது உடல், தெய்வீகம் எனது உயிர்
என்றாயே...
வீரமற்ற விவேகம் கோழைத்தனம்!
விவேகமற்ற வீரம் முரட்டுத்தனம் என கூறினாயே !
தேசிய வாதிக்கு தேசமே குறி
அரசியல் வாதிக்கு தேர்தலே குறி என விளக்கினாயே ...
என்னுடைய கொள்கையைப் பின்பற்றுங்கள் நாடு
வளம் பெறும் என எடுத்துக்காட்டாய் விளங்கினாயே.....

ஜெ. அஸிலோ ஜோஸ் வின் ரோஸ்

நீ என்ன ஏழையோ?
அதனால்தான் நீ!
கூலி தொழிலாளிகளுக்காக
போராடி சிறைக்கு சென்றாயோ?

நீ என்ன இந்துமதவாதியோ?
அதனால்தான் நீ!
சிறுவயது முதல் முஸ்லிம்
அன்னையால் வளர்கப்பெற்றாயோ?

நீ என்ன சாதியே தலைவனேனோ?
அதனால்தான் நீ!
அஞ்சாமல் அங்கையற்கண்ணி கோயிலுக்கு
அறிசன மக்களை அழைத்துச்சென்றாயோ?

நிலம் இல்லாமல் தவித்த
தாழ்த்தப்பட்ட மக்களுக்கு
உன் நிலத்தை கனிவுடன்
தானமாக தந்தாயோ?

நீ என்ன சுதந்திர போராட்டவீரனேனோ?
அதனால்தான் உங்களுக்கு!
வெள்ளையன் பயத்தில்
வாய்ப்பூட்டு சட்டம் போட்டானேனோ?

நீ என்ன தமிழகத்தின் தலைவனேனோ?
அதனால்தான் உங்களுக்கு!
தமிழகத்தைவிட மேற்குவங்கத்தில்
அதிகசிலை உள்ளதோ?

நீ என்ன உலகத்தலைவனோ?
அதனால்தான் உங்களது!
பெயர் பர்மா முதலிய
நாடுகளில் பரவியுள்ளதோ?

தேசத்தையும்! தெய்வீகத்தையும்!
இருகண்ணாக கொண்ட
ஒரு உலகத்தலைவனையா?
தமிழ்நாட்டிற்குள் அடக்கப் பார்க்கிறார்கள்?

சாதி, மதம் கடந்த
ஒரு தெய்வ திருமகனையா?
ஒரு சாதிக்குள் அடக்கப் பார்க்கிறார்கள்?

உலகத் தலைவனோ! உன்னை
வாழ்த்த வயதில்லை!

கவிஞர் ப. உ. முகிலன் மதுரை
தொட்டியம் அமிர்தா டி கே சந்திரசேகரன்

பசும்பொன் முத்துராமலிங்கத் தேவரின் பெருமைகள்

ஐ யம் இல்லாத சுதந்திரப் போராட்ட
** நேதாஜியின் சீடர்
யாவருக்குமாக தன் சொத்தை செலவு
*** செய்தவரே
பசும் பாலை போல புனிதமானவரே ஐயா
******

பொன் னை விட மிக மதிப்பு
******* வாய்ந்தவராக
கருதப்பட்டவரே
முத்து போன்றமேடைப் பேச்சால்
" மக்களை ஈர்த்தவர்
.ரா ப்பகலாக விடுதலைக்காக உழைத்த
*** நல்லவர்
ம க்களுக்காகவே வாழ்ந்தவர் நம் தேவர் ** ஐயா
லிங்க த்திலே சிறப்பானது ராமலிங்கமே
*****

கம் தியை சேர்ந்த இஸ்லாமிய
**** பெண்ணின் பாலை
குடித்து
கிறிஸ்தவரிடம் கல்வி கற்றவரே
பெரு மையிலும் பெருமை தன் சொத்தை
********** ஏழைக்கு கொடுத்ததே
மை ய அரசியலில் கொடி கட்டி பறந்தவர்
******

சா தி மதம் பார்க்காமல் இஸ்லாமியரின்
" மகனாக இருந்தவர்
தீ விர மூச்சுப் பயிற்சி இளமையில்
***** கற்றவர்

"

மத த்தின் பெயரால் நம்பிக்கை என்று
"* இருப்பவர்
இல் லாத போது தான் இருந்த பொருளை
***** பற்றி தெரியுமே
லா பம் நோக்கம் இன்றி இவரின் பணி
*** இருக்குமே
த மிழ் ஆங்கிலத்தில் மணிகணக்கில்
*** மேடையில் பேசுபவரே
ச மாளிக்க முடியாத ஆங்கில அரசை
** திணர வைத்தவரே
ம க்கள் மத்தியில் பெரும் பக்தியுடன்
** இருந்தவர்
வத் திக்குச்சி போல் அவரின் பேச்சை
** கேட்ட இளைஞர்கள் தீயாக
மாறினரே
துவ க்கத்திலிருந்து ஐயா
*** ஏழைக்காகவே
உழைத்தாரே
மனி தரில் தன்னை அடையாளம் காட்ட
** * * முன்னோடியாக விளங்கினாரே
தர் மீக பொறுப்பேற்று நாட்டுக்காக
**** உழைத்தாரே

அய்யா வை போல தேசபக்தர் இல்லையே
****

நன்றி வணக்கம்

பசும் பொன் முத்து ராமலிங்கம்

இருந்தீயோ இன்னும் அணையல_அவன்
படைத்தகவியே அதற்குசாட்சி பழித்தோனுக்கு
தெரியல........
எமன் செய்த முதல் பாவம் இவனைக் கொன்றது_என்
தமிழ்
செய்த பெரும்புண்ணியம்
இவனை யின்றது....... கலியுகத்தின் வரைபடமே
கலைந்து போகலாம்_இவன்
கம்பீரமான வரைபடத்தில் கர்வம் குறையாது.........

ம. நதி மலர்
இளங்கலை தமிழ் முதலாமாண்டு மாணவி
வள்ளுவர் அறிவியல் மற்றும் மேலாண்மைக் கல்லூரி,
கரூர்

பசும்பொன் முத்துராமலிங்கத் தேவர்

_*அ*_ -அகிலத்தில் அச்சமின்றி
அடிமையின்றி வாழ்ந்தவரும் நீ !

_*ஆ*_ -ஆணவத்தை அழித்து
ஆங்கிலேயரை எதிர்த்தவரும் நீ !

_*இ*_ -இளைஞர்களின் மனதில்
எழுச்சியை விதைத்தவரும் நீ !

_*ஈ*_ -ஈகை குணத்தால்
இயலாதவரை வளர்த்தவரும் நீ!

_*உ*_ -உண்மையைப் பேசி
உத்தமனாய் உயர்ந்தவரும் நீ !

_*எ*_ -எம்குல நேதாஜிக்கு
நிழலாய் நின்றவரும் நீ !

_*ஏ*_ -ஏற்றமுடன் வாழ
ஏழ்மையைத் துரத்தியவரும் நீ !

_*ஐ*_ -ஐவிரல் கரங்களால்
எதிர்த்தவனை வென்றவரும் நீ !

_*ஒ*_ -ஒழுக்கம் தேசியம்
தெய்வீகத்தை கொண்டவரும் நீ !

_*ஓ*_ -ஓங்கி நின்ற புகழால்
உச்சத்தை அடைந்தவரும் நீ !

*பசும்பொன் தந்த முக்குலத்துசிங்கமும் நீ!
*பார் போற்றும் முத்துராமலிங்கமும் நீ !
*பிச்சை எடுத்தவனை பிள்ளையாய் மதித்தவரும் நீ !
*புஞ்சை நஞ்சை எல்லாம் சிறக்க பாடுபட்டவரும் நீ !
*பெண்மையைப் போற்றிய பேரறிவாளனும் நீ !
*பேதம் பாராத சிறந்த பேச்சாளரும் நீ !
*பொன்மகனாய் பிறந்த நாளிலேயே இறந்தவரும் நீ !

ப அர்ஜுன்
நான்காம் ஆண்டு- பெட்ரோலிய வேதிம தொழில்நுட்ப
துறை,
அண்ணா பல்கலைக்கழகம் திருச்சிராப்பள்ளி.
தொடர்பு எண் : 9655470958

தென்பாண்டிச் சிங்கம்

முத்துராமலிங்க தேவரே
சிவகங்கை மாவட்டத்தில் பிறந்தவரே
பசும்பொன் முத்துராமலிங்கம் என்று
அழைக்கப்பட்டவரே
நாட்டு மக்களுக்கு சேவை செய்து விடுவெதற்காக
தன்னலம் கருதாமல் உழைத்திட்ட வரை
ஜாதி பிரச்சினையை ஒழிக்க
சாமானியர்களையும் அடங்கிய அடக்கிய
பெருமைக்குரியவரே
தமிழகமே உன் புகழை பாடுதெய்யா
உந்தன் புகழ் தெற்கு சீமையிலே கொடி கட்டி
பறக்குது
ஐயா உசிலம்பட்டியிலே உச்சியிலே பறக்குது
ஐயா கோரிப்பாளையத்திலே ஆலய பட்டியில்
பறக்குதய்யா
ராமலிங்க தேவரே பசும்பொன்மேற்கு என்று எந்த
நலமும் பேணாத வரை தனக்கென்று திருமணம்
கூட வேணாத வரை
எப்படி எல்லாம் நாட்டுக்கு உழைத்திட்ட
உத்தமரே
உன்னதமானவரே உங்களை எண்ணி எங்களது
கரங்கள் தன்னால் கூம்புகிறது ஐயா கூப்பிடுகிறது
ஐயா கும்பிடுகிறது ஐயா எப்படி எல்லாம் வாழ
வேண்டும் என்று மக்கள் ஆசைப்பட்ட
வாழ்க்கையை மீட்டெடுக்க அயராது

போரிட்டவரை போராட்ட நாயகரே எங்களது
நெஞ்சங்களில் இன்று பொன்னே போல்
வாழ்பவரே பொன்னான பிராமலிங்க தேவரே
பசும்பொனில் பிறந்தவரே பொன்னான மனம்
கொண்டவரே போராளியே போராட்ட நாயகனே
வாழிய வாழியவே நீர் வாழிய வாழியவே

முனைவர்
கவிநாயகி
சு.நாகவள்ளி, மதுரை.

தென்னாட்டு சிங்கம்...

" உக்கிரபாண்டித் தேவரின் மகனாய் உலகில்
தோன்றியவர்...
பச்சிளம் பாலகனாய் பசும்பொன்னில் பிறந்தவர்...
தளிர் வயதில் தாயை இழந்ததால்,
பிறமதத் தாயிடம் தாயமுது அருந்தி வளர்ந்தவர்...

இரத்தம் தான் பாலாகுமாம்,
பிற்மத இரத்தம் கலந்ததாலோ என்னவோ?..
மதவேற்றுமையை எதிர்த்தார் நம் மரியாதைக்குரியவர்...

தாழ்த்தப்பட்ட மக்களையும்,
ஆலயப் பிரவேசம் செய்ய வைத்த
பொதுப் பார்வை உடையவர்...
தொழிலாளர்களின் தோழனாய் வலம் வந்தவர்...

முதல் உரையிலேயே படிக்காத மேதையை
தன் வயப்படுத்திய பேச்சாற்றல் மிக்க பெருந்தகை...
குற்றப் பரம்பரைச் சட்டத்திற்கு எதிராய்,
போராடி - போராடிப் பெறுவதே வெற்றி என
காட்டியவர்...

அரசியல் களத்திலும் இளைஞர்களை
ஊக்கப்படுத்தியவர்..
விவசாயிகளுக்கு சங்கம் தொடங்கி, உதவியாய்
இருந்தவர்...
ஆங்கிலேயர் அச்சம் கொண்டு சிறையில் அடைத்த
சிங்கம்,
சிறையை விட்டு வரும்பொழுது கம்பீர புன்சிரிப்புடன்
வந்தது...

வாய்ப்பூட்டு சட்டமும் எடுபடவில்லை அக்னி
பேச்சாளரிடம்...
வீரமற்ற விவேகம் கோழைத்தனம், விவேகமற்ற வீரம்
முரட்டுத்தனம்..
ஆன்மீகம், தேசியம், பொதுவுடமை,
ஏகாதிபத்திய எதிர்ப்பு என அனைத்தையும்
முன்மொழிந்து, முன்மாதிரியாய் இருந்தவர்...

தேசியம் என்பது உடல், தெய்வீகம் என் உயிர்
என்றாரே...
பிறப்பு ஒரு சம்பவம்.. இறப்போ சரித்திரம்...
வாழ்ந்தவர் கோடி, மறைந்தவர் கோடி,
மக்கள் மனதில் நிலைப்பவரே நிஜமானத் தலைவர்...

நம் மனதில் நீங்காது வாழும் முத்துராமலிங்கம் ஐயா,
சாதியத் தலைவர் அல்ல;
தேசியத் தலைவர்..."

சீ. மகாலட்சுமி,
விருதுநகர் மாவட்டம்.

இராமநாதபுரத்தில் உதித்த பொன்னான சூரியனே....
பாசமும் மரியாதையையும் இருகண்களாக
கொண்டவரே...
சாதியை எதிர்க்க வந்த சரித்திரமே....
மதங்களை கடந்து மனிதத்தை விதைத்தவரே.....
பெருந்தலைவரை தன் பேச்சால் கவர்ந்தவரே.....

எதற்கும் துணிந்த ஏற்றமிகு மனிதரே.....
நாவன்மை உடைய நற்றமிழ் நாயகனே....
தெய்வமும் உன் பேச்சுக்கு செவி சாய்த்ததே....
தெய்வத் திருமகனாய் வலம் வந்தவரும் நீயே...

நீதி கட்சிக்கு நீ கொடுத்ததோ தலைவலி....
உன்னால் மாற்றப்பட்டதே தலைவிதி...
தாழ்த்தப்பட்டவர்களின் தரம் உயர்த்த உதித்தவரே...
தாழ்த்தப்பட்டவர்களின் தடத்தை பதிய வைத்தீரே...

தொழிலாளர்களின் தோழனும் நீயே....
மக்கள் மனதில் என்றுமே தனியிடம் உனக்கு....
வரலாறு போற்றும் தலைவரும் நீயே....
கொள்கையை விட்டு விலகாத கொள்கைப்
பிடிப்பாளரே....

தங்க மனதையுடைய உனக்கோ....
அரசும் தங்கக் கவசம் அணிந்து மகிழ்ந்ததே....

த.பொன் ரேகா
இடைநிலை ஆசிரியர்
ஸ்ரீ இராமகிருஷ்ணா நடுநிலைப்பள்ளி
சேரன்மகாதேவி
திருநெல்வேலி மாவட்டம்
கைப்பேசி எண்: 9597627270.

பசும்பொன் முத்துராமலிங்கத் தேவர்

அக்டோபரில் மலர்ந்த அதிசிய மலரே...
சாதி பாகுபாட்டை எதிர்த்த சாணக்கியரே...
" எம்மதமும் சம்மதம் என்பதற்கு"
சான்றாய் விளங்கிய சமத்துவ அரசரே...

ஆலயபிரவேசத்தின் தடையை போக்கினீரே...
தொழிலாளர்களின் தோழனாக துணை புரிந்தீரே...
துவலும் போதெல்லாம் துவலாதே! என அறிவு
புகட்டினீரே...
சிறையில் அடைத்த போதும் சீறும் சிங்கமாக நின்றீரே...

சுதந்திர ப் போராட்ட தியாகச் செம்மலே...
நீர் பேசிய வார்த்தைகள் நெஞ்சில் கற்பூரமாய்
பதிகின்றதே...
வள்ளலாரின் கொள்கை களை மறவாத மகத்துவ
வாதியே..
சொற்களால் மக்களை மயக்கிய மன்மதனே...

" தனக்கென வாழ்வதல்ல வாழ்க்கை"
என்பதை புரிய வைத்த மகானே...
பேச்சுக் கலையின் மன்னனே...

பாராளுமன்ற த் தேர்தலில் வெற்றி பெற்ற
பராசக்தியின் மைந்தனே...
உக்கிர பாண்டி, இந்திராணி பெற்றெடுத்த
இந்தியாவின் வரமே...

ஜமீன் குடும்பத்தில் பிறந்து ஏழைகளுடன் வாழ்ந்த
கருணையின் சிற்பமே...
கலங்கரை விளக்கமாய் காட்சியளித்த
கருணை விளக்கே...

" உன் உடலை உரமாக்கி..
உன் உயிரை விதையாக்கி..
ஒற்றுமை, வீரம், விவேகம் என்ற ..பயிரை வளர்த்து..
தேச வயலைபாதுகாக்கும் பொறுப்பை எங்களிடம்
ஒப்படைத்தீரே..
உன் மொழிக்கு ஏது மறுமொழி..

உங்கள் கட்டளையே
எங்கள் சாசனம்......"

உக்கிரபாண்டித் தேவரின் ஒரே மகன்/
ஊரார் மதிக்கும் தெய்வத் திருமகன்/
உடுத்தும் உடையும் இவருக்குப் பணியும்/
உதிர்க்கும் வார்த்தைத் தர்மத்தை அணியும்/
உழைத்துத் தென்னக வளர்ச்சிக்கு வித்திட்டவர்/
உறுப்பினராக நாடாளுமன்றத்தில் வீர
நடைபோட்டவர்/
உத்தரவாதத்தின் மூலம் ஆலயப் பிரவேசம்/
உடன் சென்றதோ அரிசன சமூகத்தினர்/
உருவாக்கிய தொழிலாளர் நலன் கூட்டமைப்பால்/
உறுதியான கைவிலங்குப் பூட்டப் பட்டாலும்/
உடைத்து வெளியேறி மீண்டும் தலைவரானவர்/
உருவெடுக்கும் சாதிச் சண்டைகளைக் களைத்து/
உரமாக ஆன்மீகத்தை எங்கும் விதைத்து/
உடலையும் உயிரையும் தேசத்திற்கு அர்ப்பணித்தவர்/
உரிமை என்பது தவறைக் கண்டிப்பது/
உள்ளத்தில் நியாயத்தை ஆதரியுங்கள் என்றவர்/
உதிரத்திற்கு விடுதலை தருகிறேன் என்று/
உரைத்த நேதாஜிக்கு உறுதுணையாய் நின்றவர்/
உற்சவமாய் பசும்பொன் ஜெயந்தி விழாவில்/
உருக்கிச் செய்த தங்கக் கவசத்தில்/
உலாவும் தேவர் மகனாரின் உயிர்மூச்சை/
உள்வாங்கி தேசப் பக்தர்களாய் வாழ்ந்திடுவோம்/

தென்னாட்டுத் திலகர்

அக்டோபர் திங்களில் பூத்த முத்தே!
மக்களின் நலம் காணும் வித்தே!
நாடும் வீடும் புகழ்பாடும் சொத்தே!
காடும் தேடும் கானக புத்தரே!

தரணி தலை வணங்கும் உன் பேச்சு...
காலங்கள் கடந்து வாழும் உன் மூச்சு...
கல்லறையும் கவி பாடும் உந்தன் ஆச்சி...
கல்லாரும் செவிமடுக்கும் நிந்தன் மாட்சி...

அகத்தில் இறையை அனுதினம் வைத்தாய்...
அக்கறை காட்டி அன்புத் தந்தாய்...
புகலிடம் அற்றோர்க்கு புண்ணியம் சேர்த்தாய்...
பொறுப்புடன் கடனாற்றி நிம்மதியைப் பெற்றாய்...
வெறுப்பை நீக்கி பொறுப்பைக் கொடுத்தாய்...

தென்னாடு கண்ட அஞ்சா சிங்கமே!
பூமியும் மறுபிறவி தாங்க ஏங்குமே!
உன்புகழ் சொல்ல என்னா ஓங்குமே!
உன்பாதம் தொட பாவங்கள் நீங்குமே!

அள்ளக் குறையாத அமுத சுரபியே!
மனம் தள்ள நினையாத தாராள சிற்பியே!
துன்பத்தைத் துடைத்த கலங்கா தொலைநோக்கே!
இன்பம் தந்த இதயம் கண்ட உன்னதமே!

சாதியை எதிர்த்து சாதித்த தலைவரே!
நீதியைக் காக்க போதித்த நித்திலமே!
சிறைகண்டும் கறைக்காண செம்மைமிகு சித்திரமே!
தொழிலாளர் நலங்கண்ட தோற்றமிகு மரகதமே!

முனைவர் கு. நாகம்மாள்,
உதவிப்பேராசிரியர், தமிழ்த்துறை,
எஸ். ஆர். எம். பல்கலைக்கழகம்,
இராமாபுரம் வளாகம்,
சென்னை-89.

முத்துராமலிங்கத் தேவர்

ஆன்மீக வாழ்வில் நீ ஈடுபட்டாய்
சாதி மதத்தை எதிர்த்து நின்றாய்
சுதந்திர போரில் நீ ஈடுபட்டாய்
நேதாஜி தலைமையில் நீ பாடுபட்டாய்

பிரித்தானிய அரசை எதிர்த்து நின்றாய்
இந்திய வீரராய் வளர்ந்து வந்தாய்
தமிழக படையை திரட்டி வந்தாய்
தலைமை பண்பை காத்து நின்றாய்

பேசும் ஆற்றலை வளர்த்து வந்தாய்
அரசியலிலும் நீ உயர்வு பெற்றாய்
உழவு செய்து பாடு பட்டாய்
காங்கிரஸ் கட்சியில் வளர்ச்சி பெற்றாய்

அரசியல் உலகில் வெற்றி பெற்றாய்
மக்களவை தேர்தலில் வெற்றி பெற்றாய்
போராட்டம் பலதிலும் வெற்றி பெற்றாய்
நேதாஜி வழியில் வெற்றி பெற்றாய்

சிறையில் நீயோ அடைக்க பட்டாய்
அரசியலிலும் நீ துன்பம் பட்டாய்
தொழிழாலர் நலனை காத்து நின்றாய்
போராட்டம் மூலம் மீட்டு தந்தாய்

மரணத்தின் பிறகும் உயர்வு பெற்றாய்
மக்கள் மனதில் வாழ்ந்து வந்தாய்
தமிழக அரசால் உயர்வு பெற்றாய்
கடவுளாய் மக்களின் மதிப்பை பெற்றாய்

சி.புவனேஸ் குமார் *M.com*
62, பட்டர்குள தெரு, திருச்செந்தூர், தூத்துக்குடி, *628215*
8667350954
Puvaneshk40@gmail.com

பசும்பொன் முத்துராமலிங்க தேவர்

பசும்பொன் ஈன்றெடுத்த உழைக்கும் மக்களின்
தலைவர்..
ஜமீன் குடும்பத்தில் பிறந்தாலும் உங்களில் ஒருவர்..
தாயின் இறப்பு பாசத்தை வேரோடு பிடுங்கி எறிந்தது..
தன் பாட்டியும் ஆயிஷா அம்மாவும் இரு தேவதைகள்..
மதம் கடந்த கல்வியை தொடக்கத்தில் பயின்றார்..
உடல் நலக்குறைவு காரணமாக கல்வி பாதிக்க..
புத்தகம்,அறிவு , ஆற்றல்,பேச்சில் எதிலும் சாதிக்க..
விவசாயமும் அரசியலும் ஜாதி மறுப்பும் நம்
கொள்கை..
அயராது உழைத்து காப்பாற்றுவோம் அந்த சொல்லை..
பிரிவினையில் இஸ்லாமிய மக்களுக்கு கை
கொடுத்தவர்..
தாழ்த்தப்பட்டோர் ஆலய பிரவேசத்திற்கு வழி
கொடுத்தவர்..
கைநாட்டு வைத்த குற்ற பரம்பரை சட்டத்தை எதிர்த்து
வென்றவர்..
தொழிலாளர்களுக்கு தோள் கொடுத்த கம்யூனிச
தோழர்..
நேதாஜிக்கு உற்ற தோழனாக படை பலத்தை தந்த
போராளி..
மக்களுக்காக கொடுமையான சிறைவாசம் சென்ற
சமத்துவவாதி..
அமைதி ஒப்பந்தத்தில் கையெழுத்திட்ட
சிந்தனையாளர்..

இமானுவேலும் தேவரும் ஒரே சிந்தனை கொண்ட கொள்கைவாதிகள்..

சாதித்த தலைவரை சாதித்தலைவராக பார்க்கும் தலைமுறையே..

இனி திருத்துவது புது வரலாறு இனி ஒரு விதி செய்வோம்..

சாதிய மத சிந்தனைகளை ஒழித்து நல்ல தலைவர்களை போற்றுவோம்..

தென்னாட்டுச் சிங்கம்

பசும்பொன்னில் பிறந்திங்கு பாராண்ட திருமகனாம்
விசும்பாய்க் காத்திட்ட விண்ணகத்தின் பெருமகனாம்
அன்புருவம் கொண்டே அகிலத்தில் நிறைந்தவராம்
இன்புறப் பேசியே இதயத்தில் உறைந்தவராம்

தேசியத்தை வளர்த்திங்கு தெய்வீகம் காத்தார்
ஆசிகளை வழங்கியே அவனியில் பூத்தார்
ஆன்மீகப் பேச்சென்றால் அவருக்கிணை கிடையாது
வான்மின்னல் வெட்டினாலும் வைரநெஞ்சம்
உடையாது

வெள்ளையரை விரட்டிடவே வெண்தழலாய் நின்றார்
பிள்ளைமுகம் கொண்டே பிறர்மனம் வென்றார்
தேனாகப் பேசிடும் தென்னாட்டுச் சிங்கமாம்
தானாக எழுந்திட்ட தமிழ்மண்ணின் தங்கமாம்

மானமுள்ள மனிதமும் மலர்ந்திடவே பேசினார்
ஈனமுள்ள குணத்தாரை இடித்துரைத்து வீசினார்
அரசியலில் தன்னெழுச்சி அவர்கொண்ட பாதையாம்
தரமான கருத்தளித்த தன்மான மேதையாம்

கிராமத்துப் புரட்சியால் கிளர்ச்சிகளைச் செய்தார்
வரமாக வந்திங்கு வன்மைகளைக் கொய்தார்
வாய்ப்பூட்டுச் சட்டத்தை வளராமல் தடுத்தார்
தாய்மார்கள் சொல்லதைத் தட்டாது மடுத்தார்

ஊரெங்கும் சொத்திருந்தும் உருவினிலே எளிமையாம்
பாரெங்கும் அறிந்திருந்தும் பண்பினிலே வலிமையாம்
காலத்தைக் கணித்துக் கருணையால் வென்றிடுவார்
ஞாலத்தில் என்றுமே ஞாயிறாய் நின்றிடுவார்...

சு. சோலைராஜா
முதுகுளத்தூர்
இராமநாதபுரம் மாவட்டம்

தென்னாட்டு சிங்கம்

தெற்கு திசை தேசத்தில சூரியனாய் உதித்தவரே
மண்ணாலும் மனசால பிறந்தவரே எங்கள் தென்னாட்டு
சிங்கமே...

கருவேலங் காட்டு மண்ணில் சந்தனமாய் பிறந்தவரே
நெருஞ்சி முள்ளு பூமியிலே குறிஞ்சி முல்லை பூத்தவரே
எங்கள் தென்னாட்டுச் சிங்கமே......

தேசத்தையும் தெய்வீகத்தையும் கண்ணாக
நினைத்தவரே மானத்தையும் மரியாதையும் காத்த
மன்னவரே குற்றப்பரம்பரை சட்டம் எதிர்த்தவரே......

ஏழைகளையயும் எளியோரையும் எப்போதும்
காத்தவரே....
மக்களுக்கு பிடித்த வரே சாதித்து காட்டியவரே
சத்தியத்தை காத்தவரே சொன்னபடி வாழ்ந்தவரே......

ஊருக்காக வாழ்ந்த தென்பாண்டி சிங்கம் எங்கள் வீர
தமிழினத்தின் சொக்கத்தங்கம்.....

உங்களை வாழ்த்த வயதில்லை ஐயா வணங்குகிறேன்....

த. கலைச்செல்வம்
தூய சவேரியார் தன்னாட்சி கல்லூரி
பாளையங்கோட்டை

தேசியம் காத்த உத்தமர்

வீரம் விளைந்த மண்ணில்
பார் போற்றும் பசும்பொன்னில்
தேசியமும் தெய்வீகமும் இரு கண்ணில்
உண்மைக்கும் மறு பெயர் என்னும் சொல்லில்
உலகம் போற்றும் உத்தமரின் பெயரை கேட்டாலே
வீரம் வரும் உன்னில்....

பூமி இருக்கும் வரை மங்காது உனது புகழ் ஓங்கும்
ஊருக்காக வாழ்ந்த தமிழ் குலத்தின் சொந்தம்
கைரேகை சட்டத்தை உடைத்தவர்
குற்ற பரம்பரைய மீட்டவர் தீண்டாமையை
உடைத்தவர்
தொழிலாளிக்கு தோழனாய் நின்னவர் சுதந்திரத்தை
விதைத்தவர்...

தெய்வீகமாக வாழ்ந்தவர் சத்தியத்தை காத்தவர்
சொன்னபடி வாழ்ந்தவர் சாதித்துக் காட்டியவர்
தென்னகத்தின் போஸ்ன்னு சொன்னாங்க
தென்னகத்தின் திலகர்னு சொன்னாங்க
சொத்தை எல்லாம் ஊருக்கு உவந்த அளித்தார்
அரசியலில் வெற்றியுடன் கம்பீரமாய் வாழ்ந்தவர்
ஊருக்காக இருந்தவர் தமிழினத்தை உலகுக்கு
சொன்னவர்

முத்துராமலிங்கம் பெயரில் உள்ள முத்து போன்று
முத்தாய் விளங்கியவர் உனது புகழ் ஓங்கும்

அந்தோணி ஷைனி.அ
கணிதத்துறை முதலாம் ஆண்டு
தூய சவேரியார் தன்னாட்சி கல்லூரி,
பாளையங்கோட்டை

தென்னாட்டு சிங்கம்

பசும்பொன்னில் பிறந்து
பக்தி பரவசமாய் சிறந்து
தேச விடுதலையே தன் சுவாசமாய் நேசித்தவர்

தேச தெய்வீக மணம் வீச போர் படையை பலமாக்க
மறவர் குலம் அனுப்பி களம் காண வைத்து
வங்கத்து சிங்கத்திற்கு உதவிய
எங்கள் தென்னகத்து சிங்கம் தேவர் ஐயா

இஸ்லாமியருடன் இணக்கமாகி நல்லிணக்கம் பேணிய
வணக்கத்திற்குரிய தேவர் ஐயா
நாடாண்ட இனத்தின் மானத்தைக் காக்க
சற்றும் அயராது போராடி குற்றப்பரம்பரை சட்டத்தை
முற்றாக நீக்க வைத்து
வற்றாத புகழை பெற்ற இனமான பற்றாளர்!

மு. இந்திரா தேவி,
பேட்டை மாநகராட்சி மகளிர் மேல்நிலைப்பள்ளி

தேசியம் காத்த உத்தமர்

அன்னையின் அன்பு தேவர் !
ஆன்மீகத்தின் பேராற்றல் தேவர்!
இயற்கையின் வடிவம் தேவர்!
ஈகையின் குணம் தேவர்!
எட்டுத்திக்கும் புகழ் தேவர்!
ஒற்றுமையை கற்றுக் கொடுத்த ஆசான் தேவர்!
தமிழ்நாட்டின் காவல் தேவர்!
தேவரும் கடவுள்தானே?
தேசத்தை காத்த அனைவரும் கடவுளே
தேசத்தை தன் உயிருக்கும் மேலாய் நேசித்த தேவர்!
அவரே தேசியம் காத்த உத்தமர்!
நம் பசும்பொன் முத்துராமலிங்க தேவர்

செல்வன்.ப. கைலாஷ்
ராஜபாளையம்

தென்னாட்டு சிங்கம்

கண்ணில் கனிவையும்
பார்வையில் பாசத்தையும்!
நெஞ்சில் நேர்மையும்
தன்னில் தன்னடக்கத்தையும்!
நேதாஜியின் இளையனாய் புரட்சி புயலாய் !
நாட்டிற்கு ஒரு நல்லவனாய்!
கண்ணியமான கடமையாய் பேச்சாற்றல் போராளியாய்
அரசியலில் தேவனாய்
உழைப்பின் உன்னதமாய்
ஊக்கத்தின் ஊழி மொழியாய்
ஓங்கார வடிவமான முருகனின் அம்சமான தேவன்
ஐமீன் வாரிசானாலும்
ஏழைகளின் பங்காளனாய்
மக்களை கவர்ந்த நேசன் தேவர்
மக்களால் கொண்டாடப்பட்ட அரசன் தேவர்
பசும்பொன்னாய் கண்டெடுத்த தங்கமாய்
தென்னாட்டு சிங்கம் முத்துராமலிங்கத் தேவர்.......

ப. பிரபஞ்சன்
ராஜபாளையம்

தென்னாட்டு சிங்கம்

பாஞ்சாலங்குறிச்சி மண்ணிற்கு பெருமை சேர்த்த
சிங்கமே
ஜாக்சன் துறையை தனது வார்த்தையால் வீசி எறித்த
சிங்கமே
தேசம் காத்த உத்தமரே தென்னாட்டு சிங்கம்
மக்களிடையே பிரிவினை பாராது
உறவினை பார் என்று உரைத்த சிங்கமே

ஆன்மீக சொற்பொழிவுக்கு அரசனே
தெய்வீக திருமகன் என்ற பெயரைப் பெற்ற சிங்கமே
32 கிராமங்களில் தனக்கிருந்த சொத்துக்களை
சமுதாய மக்களிடம் தானமாக வழங்கிய
கொடை வள்ளலான சிங்கமே

ஒழுக்கம் பிரம்மா பிரம்மச்சாரியம்
தாராள குணம் எல்லாம் ஒன்றாய் கலந்த சிங்கமே
வடக்கே நேதாஜி தெற்கே முத்துராமலிங்கம்
என்னும் பெருமையாக பேச வைத்த சிங்கமே

ஆங்கில அரசனை கூர்ந்து கேட்டு குறிப்பிடுக
ஐயாவின் ஆன்மீக உரையும் அரசியல் சொல்லும்
சொல்லும் செயலும் ஒன்றான கொள்கை சிங்கமே
உடல் தேசமாகவும் உயிர் தெய்வீகமாகவும் முழங்கிய
சிங்கமே

மரணம் மட்டுமே நம்முடையது
நாம் செய்த தர்மங்கள் உலகத்துக்கானது
என்ற தத்துவமான நற்கருத்தை விட்டுச் சென்ற
நம் தென்னாட்டு சிங்கமே மக்கள் மனதில்
என்றும் வாழ்க புகழும் மறையா
ஐயா முத்துராமலிங்கத் தேவரை வணங்குகிறேன்!

த. சித்ரா
ராஜபாளையம்

தென்னாட்டு சிங்கம்

தன்னடக்கத்தை அன்பாய் காத்தவரே
ஆழமான சிந்தனையை பிறர் நலனுக்கு வைத்தவரே
இன்முகத்துடன் வரிய வரை ஆதரித்தவரே
ஈகை குணமுடைய தேவரான தேவரே
உண்மையை வாழ்வில் லட்சியமாய் கொண்டவரே
ஊக்கமுடன் இளைஞர்களை நாட்டுப் பணிக்கு
அனுப்பியவரே
எல்லா மக்களும் எம் மக்கள் என தாய் அன்பு
காட்டியவரே
ஏற்றத்துடன் தேசத் தொண்டு ஆற்றியவரே
ஐயமின்றி தவறைச் சுட்டிக்காட்டும் வல்லவரே
ஒருமித்த நல்லொழுக்கத்திற்கும் அன்பிற்கும்
சொந்தக்காரரே
ஓயாது தேசப்பணியும் பொதுச் சேவையும் செய்த
தென்னாட்டு சிங்கமே ஒளடதமாய் மக்கள் மனதில்
நிறைந்த மருத்துவரே தென்னாட்டுச் சிங்கமே தேவரான
தேவரே உந்தன் புகழ் உலகம் உள்ளவரை நிலை
பெறும்!

த. நித்யா தேவி
அகத்திய தமிழ்ச் சங்க நிர்வாகி

தேவர் என்னும் நாட்டுப் பற்றாளர்

அன்னைத் தமிழ் சமூகத்தின் ஆகச் சிறந்தவரே
ஐயா பசும்பொன் தேவரே!
நீங்கள் என்ன தமிழுக்குத் தமையனா இல்லை
அழகுத்தமிழ் பேச்சுக்கு தலைவனா உங்கள்
வார்த்தையால் உள்ளத்தின் உணர்வுகளும் எழுச்சி
பெறுகிறதே அந்தக் கண்ணின் நரம்புகளும் கிளர்ச்சி
செய்கிறது எங்கள் வாழ்க்கையில் நித்தம் நித்தம்
வார்த்தையால் யுத்தம் செய்யும் தேவரே பஞ்சும்
பறக்கிறதே நெஞ்சும் நெருப்பாகிறதே சுத்தமான
சுதந்திரக் காற்றை சுவாசிக்க உங்கள் பேச்சைக் கேட்ட
பிறகு கடல் அலைகளுக்கு இடையே போட்டி வந்தது
போல எங்கள் கை நரம்புகளும் போட்டி போடுகிறதே
மின்னலென முதலில் மூளைக்குப் பாய்ந்து செல்ல
உங்கள் பேச்சினால் மூளையும் முரசைத் தட்டுகிறதே
தவறென்றால் உடனே சுட்டுகிறதே
குற்றப்பரம்பரைச் சட்டத்திற்கு எதிராக குரல்
கொடுத்தவரே
குற்றமில்லாமல் வாழ்ந்தவரே வீரமற்ற விவேகம்
கோழைத்தனம் விவேகமற்ற வீரம் முரட்டுத்தனம் எனச்
சொல்லி அரசியல் மேடையை அதிர வைத்தவரே
தேசியத்தில் தெய்வத்தையும் தெய்வீகத்தில்
தேசியத்தையும் ஒன்றாக கலக்காதவரே
தலைவர்கள் தத்துவங்களை உருவாக்குவதில்லை
தத்துவங்கள் தான் தலைவரை உருவாக்குகின்றன எனச்
சொல்லி தலைவனுக்கு இலக்கணம் வகுத்து

 தேசியம் காத்த உத்தமர்

வரலாற்றில் இலக்கியமாய் வாழும் உங்களை நீங்கள்
பிறந்ததும் இறந்ததும் மாதம் பத்து என்பதால் உங்களை
பத்தோடு பதினொன்றாக வைத்து விட முடியாது தமிழ்
சமூகத்தின் ஆகச் சிறந்த பத்து பேரில்
தலைசிறந்தவராகிய நீங்களே தன்னிகரற்ற தமிழ்
சமூகத்திற்கு தன்னேரில்லா தலைவர்!

கோ. திருநிவாசன்
ஈரோடு

தேசியம் காத்த உத்தமர்

வீரம் விளைந்த மண்ணில்
பார் போற்றும் பசும்பொன்னில்
தேசமும் தெய்வீகமும் இரு கண்ணில்
உண்மைக்கு மறு பெயர் என்னும் சொல்லில் .....

உலகத் தமிழர்கள் போற்றும் உத்தமரே
உன் புகழ் எழுதப்பட்டது தேசிய தலைவர்
என்று ஆம்...

இன்று அக்டோபர் 30
அரசு உமக்கு மரியாதை செலுத்திட
ஆலமரமாய் எங்களுக்கு நீர் நின்றிட
அதன் வேர்களாய் நாங்கள் உம்மை வணங்கிட
தேசம் எனது உடல் தெய்வீகம் எனது உயிர்
என்ற வரிகளுக்கு உரியவரான
தேசியம் காத்த உத்தமரை போற்றி வணங்கிடுவோம்...

த. கலைச்செல்வம்
தூய சவேரியார் தன்னாட்சிக் கல்லூரி,
பாளையங்கோட்டை

தென்னாட்டு சிங்கம்

பசும்பொன்னில் பிறந்த தங்கம்
யாருக்கும் அஞ்சாத தமிழகத்து
அங்கம் மயக்கமருந்தின்றி சிகிச்சை கண்ட சிங்கம்

பள்ளிப் படிப்பை முடிக்காத அப்பா
பட்டதாரி தேசியம் காத்த உத்தம வீரர்
நாட்டைக் காத்து வந்த மக்களின் தோழர்
அரசியல் ஆட்டத்தை சமமாக ஆடியவர்

ஜாதி தலைவர் அல்ல இவர்
சாதித்த தலைவர்
ஆன்மீகத்துக்கு குரல் கொடுத்த
இனிமையானவர்

மண்ணுக்கும் பொண்ணுக்கும் காவல் நின்றது நீரே
அறிவால் விவேகத்தையும்
உடல் வலிமையால் வீரத்தையும்
ஒருங்கிணைத்த கம்பீரச் சிங்கம்
நீரை தமிழை வளர்த்த பரம்பரை
நீரை விடுதலை உணர்வை உண்டாக்கியதும் நீரே
அடிமைப்பட்ட தமிழர்களை
அடியோடு தலை சாய்க்க நினைத்த வெள்ளையரை
எதிர்த்து நின்றதும் நீரே இமயம் போல் ஓங்கி உயர்ந்து
நின்ற சுபாஷ் சந்திரனின் இணை சிங்கம்
நீரே பிறந்த தேதியிலேயே உயிர் நீத்த பசும்பொன்னே
உன் புகழ் பல்லாண்டு வாழ்க வாழ்க

கவிச்சுடர்
சு. பத்ம பாலா

தென்னாட்டு சிங்கம்

பசும்பொன் என்ற ஒரு ஊரில்
புது வரலாறு பிறந்தது ஒரு பெயரில்
பிறந்ததும் இறந்ததும் ஒரே நாளில்
அதை சரித்திரம் பேசுது இந்நாளில்

அரசியலில் நின்று வெற்றி கண்டு
தன் அறிவுமிக்க பேச்சால் அனைவரையும் கவர்ந்தவர்
தாழ்த்தப்பட்டவற்கு தன் சொத்தைக் கொடுத்து
தரையில் விழுந்து கிடந்தவரை தலைநிமிர்த்தினார் நம்
தலைவர்

கோவிலின் உள்ளே அனைவரும் செல்ல
கைகோர்த்து நின்றவரும் இவர்தானே
வீரமும் விவேகமும் சொல்லிக் கொடுத்து தமிழன்
என்றும் வீழ்ந்து விடாமல் இருப்பதற்கு காரணம்
இவர்தானே

சாதித் தலைவராய் உன்னைச் சேர்த்து விட்டால்
உன் புகழைச் சரித்து விடலாம்
என்று நினைத்தவர்கள் பலர் நாங்கள் இருக்கும் வரை
உன் வரலாற்றை எவராலும் அழித்து விட முடியாது

கா.தேன்மொழி
பேட்டை

தென்னாட்டு சிங்கம்

உக்கிரபாண்டித் தேவரின் மகனாய் உலகில்
தோன்றியவர்..
பச்சிளம் பாலகனாய் பசும்பொன்னில் பிறந்தவர்...
தளிர் வயதில் தாயை இழந்ததால் பிற மதத் தாயிடம்
தாயமுது அருந்தி வளர்ந்தவர்...
இரத்தம் தான் பாலாகுமாம்
பிறமத ரத்தம் கலந்ததாலோ என்னவோ
மதவேற்றுமையை எதிர்த்தார் நம் மரியாதைக்கு
உரியவர்..

தாழ்த்தப்பட்ட மக்களையும் ஆலய பிரவேசம் செய்ய
வைத்த
பொதுப் பார்வை உடையவர்
தொழிலாளிகளின் தோழனாய் வலம் வந்தவர்....
தன்னுடைய முதல் உரையிலேயே
படிக்காத மேதையை தன்வயப்படுத்திய பேச்சாற்றல்
மிக்க பெருந்தகை ..

குற்றப் பரம்பரை சட்டத்திற்கு எதிராய்
போராடி போராடி பெறுவதே வெற்றி எனக்
காட்டியவர்..
அரசியல் களத்திலும் இளைஞர்களை
ஊக்கப்படுத்தியவர்..
ஆங்கிலேயர் அச்சம் கொண்டு சிறையில் அடைத்த
சிங்கம்
சிறையை விட்டு வரும் பொழுது கம்பீர புண்
சிரிப்புடன் வந்தது

ஆன்மீகத்தையும் நாட்டையும் இரு கண்களாய்ப்
போற்றியவர்
தென்னாட்டின் திலகராய் தென்னாட்டு போஸாய்!
வலம் வந்த
தென்னாட்டு சிங்கம் வாய்ப்பூட்டுச்சட்டம்
எடுபடவில்லை
அக்னிச் பேச்சாளரிடம் வீரமற்ற விவேகம்
கோழைத்தனம்
விவேகமற்ற வீரம் முரட்டுத்தனம்
வீரம் விவேகத்திற்கு இலக்கணம் வகுத்தவர்

ஆன்மீகம் தேசியம் பொதுவுடமை ஏகாதிபத்திய
எதிர்ப்பு
சாதி எதிர்ப்பு அனைத்தையும் முன் மொழிந்தார்
முன் மாதிரியாகவும் இருந்தார்

தேசியம் எனது உடல் தெய்வீகம் எனது உயிர் என்றாரே..
பிறப்பு ஒரு சம்பவம் இறப்போ சரித்திரம்
வாழ்ந்தவர் கோடி மறைந்தவர் கோடி மக்கள் மனதில்
நிலைப்பவரே நிஜமானத் தலைவர்.
நம் மனதில் நீங்கா நினைவில் வாழும்
முத்துராமலிங்கம் ஐயா
சாதியத் தலைவர் அல்ல தேசியத் தலைவர்

பெயர் தெரியவில்லை
தெய்வத் திருமகனாய் நம்முடன்
நீங்கா நினைவில் இருக்கும் ஐயாவிற்கு
இக்கவிதை காணிக்கை

தென்னாட்டு சிங்கம்

எங்குலமும் போற்றும் முக்குலத்தானே
தேசியம் தெய்வீகம் எனும் இரு செக்கிழுத்தானே
அங்கம் எல்லாம் உன்னை எண்ணும் போது
தங்கம் நீ என தரிகனத்தோம் போடுதய்யா
மும்மதமும் உன்னை முன் மொழிகிறதே
எண்திசையும் உன்னை வியந்து எண்ணுகிறதே
உடைமை என்ற ஒன்றை உதறித்தள்ளிய கலியுக துறவி
அய்யா நீ
உழுதவனுக்கே நிலம் என்று அள்ளித்தந்த அறிஞன்
அய்யா நீ
அரிஜன மக்கள் வாழ்வில் விளக்கேற்றிய அகல்விளக்கே
வாழ்ந்தும் மடிந்தவர் வாழும் மான மறவன் அய்யா நீ !
உன் குணம் கண்டு நானுதய்யா கோபுரமே!
உன் சிரிப்பில் ஏதோ உள்ளது வசீகரமே
குற்றப் பரம்பரை சட்டம் அதை வெட்டி எறிந்த
கொள்கை கோடாரியே முக்குலத்தில் பூத்திட்ட நீர் தான்
நம் குலத்தின் முன்மாதிரியே
ஒட்டுச்சுவர் விட்டுக் கொடுக்காத
இக்கெட்ட சமூகத்திலே ஒட்டு மொத்த சொத்தையும்
தானமாக கொடுத்த பெருந்தகையே

பூட்டு இட்டு மறைக்கலாம் தென்றலை ஆனால்
நீயோ தீயதை அறியா சூறாவளி
சுழன்று கொண்டிருக்கிறாய் மக்கள் மனதில்
இன்றும் நாடாளுமன்றத்தில் நீர் உரைத்த உரை
தண்ணீரும் தாமரையுமா? இல்லை
தன் மடியில் சேய்க்கு பால் தரும்
மங்கைக்கும் அவள் கற்புக்கும் உள்ள உறவு ...

நீ இட்ட ஒரு கட்டளைக்கு
கைவிரலை வெட்டி எறிந்த கூட்டம்
கண் அசைத்தாலே
அணி திரளும் வீர மறவர் கூட்டம்
அதனால் உன் மீது ஆங்கிலேயனுக்கு ஒரு நோட்டம்

உன் பிறப்பே தீயோருக்கு தரும் வாட்டம்
எம் போன்றோரை இரு கூறாக பிளந்தால்
வெறும் சதை பிண்டம்
உன்னை பிளந்தாலோ ஒரு பகுதி இந்து.
மறுபகுதி இஸ்லாம் நடுப்பகுதி கிறித்தவம்
ஒருங்கிணைந்த இந்தியாவே!
உன் புகழ் வாழ்க
உன் அருள் என்றும் எங்களுக்கு ஈய்க......

கவிஞர். இரா.அழகுமுத்துபாரதி

தென்னாட்டு சிங்கம்

தேர்தலில் மன்னர் சேதுபதியை தோல்வியில் ஆழ்த்திய
ஆளுமையை!
ராஜாஜியின் பாராட்டுக்கு பாத்திரமாய் விளங்கிய
பெருமகனாரே!
காங்கிரசை காத்தான் என்ற பட்டத்தை பெற்று
திகழ்ந்தவரே!
ஆலய நுழைவுப் போராட்டத்திற்கு குரல்
எழுப்பியவரே!
ஒடுக்கப்பட்ட சமூகத்தினர்க்கு நாயம் பெற்று தந்தவரே!
பில் ஊழிகளின் ஊதிய உயர்வை வேண்டியவரே!
தொழிலாளர் வர்க்கத்தின் நலன் விரும்பியே!
காங்கிரஸ் கட்சிக்குள் இயக்கத்தை தொடங்கியவரே!
ஜனவரி 23ஆம் தேதி தீவிர அரசியலில் இறங்கியவரே!
நேதாஜி என்ற வாரப்பத்திரிக்கையைத்
தொடங்கி இதழ் ஆசிரியராக பயணித்தவரே!
விடுதலை போராட்டத்தில் ஈடுபடுத்திக் கொண்டு
சிறைவாசம் கண்டவரே!
முதுகுளத்தூரில் போட்டியிட்டு வெற்றி வாகை சூடிய
மறத்தமிழனே!
சமூக இணக்கம் விரும்பிய பசும்பொன்னே!
புதுக்கோட்டை சிறையில் அடைத்த போதும்
குற்றமற்றவராய் வெளிவந்த வேங்கையே! தேவர் புகழ்
ஓங்குக!

S.R. ராஜா

தேவர் என்னும் நாட்டுப் பற்றாளர்

பசும்பொன் கிராமத்தில் உதித்தப் புனிதம்!
பரிதியாய் வந்து பிறந்தவர் தெய்வத் திருமகனார்!
உக்கிர பாண்டியர் பெற்ற ஏக புதல்வராம்
தென்பாண்டி நாட்டின் இதயமாம்
இப்பெருமகனார்! கனவுடன் மடிசுமந்தாள்
அன்னை இந்திராணி!
கனிவுடன் தாய்ப்பால் ஈந்தாள் கமுதி ஆயிஷா பீவி !

பிறந்தது என்னவோ ஜமீன் பரம்பரை ஆனாலும்!
வாழ்ந்தது எல்லாம் மக்களோடு மக்களாய் கட்டாந்தரை!
தலைவருக்குப்பாடம் பயிற்றுவித்தவர் பெயர்
குழந்தைசாமி!
தமிழ்க்கடவுள் முருகன் தானே இவருக்குப்பிடித்தக்
குலசாமி!
வெண்ணீரு தரித்த நெற்றி நன்குகேசம் வளர்ந்தத்தலை!
தண்ணீரில் மிதப்பது இவருக்குக் கைவந்தத் தனிக்கலை!
மல்யுத்தம் அறிந்தவர் சிலம்பத்தில் சிறந்தவர்!
குதிரை ஏறுவதிலும் துப்பாக்கிச் சுடுவதிலும்
உயர்ந்தவர்!
வீரமும் விவேகமும் ஒருங்கேப்பெற்ற தீரமானவர்!
வங்கத்துச் சிங்கம் நேதாஜியின் இளவலானவர்!

வெள்ளைக் கதராடை எளிமையுடன் வீரநடை!
கள்ளங்கபடம் இல்லாத பொதுநலத்தோடு தூய வாழ்வு!
உள்ளத்தில் உள்ளவற்றை உணர்ந்தறியும் திறமுண்டு !
பள்ளத்து மக்களுக்கெல்லாம் கீழ்நோக்கிய கரமுண்டு!
தன்னலம் பார்க்காமல் விரிந்திருந்தது தேவர் நெஞ்சும் !
தரணியில் எவர்க்கிங்கே அடிபணிந்து அஞ்சம் !
என்னலம் மேலென்று எண்ணிடாத வீரமறத்தமிழன் !
என்றும் மக்களுக்காய் வாழ்ந்து

நிலைத்தத்தவன்!
இல்லறம் துறந்த அவரால் வாழ்நாள்முழுக்க ஏனோ!
நல்லறம் புரிவதை மட்டும் துறக்க முடியவில்லை!
சொல்லறம் மிகக்கொண்ட இவரிடம்
கருப்புச்சட்டைகள் எத்தனையோ சொல்லறுந்து
மூக்குடைந்த நிகழ்வுக்களுக்குக் குறைவில்லை!
எக்குலத்தாரும் கொண்டாடும் அரசியலின் சுத்தமகன்!
மூக்குலத்தார்
உவகை கொள்ளும் துணிச்சலின் மூத்தமகன்!
அடுத்தத் தேர்தலை எதிர்நோக்கினால் அரசியல்வாதி -
இவரோ
அடுத்த தலைமுறையை எதிர்நோக்கிய தேசியவாதி!

அனல்பறக்குமவர் பேச்சினைக் கேட்க ஆர்வம்மிகும்
அவனிவாழ் அஃறிணைகள் கூடதினவெடுத்து
ஆர்ப்பரிக்கும்!
கனல்தெறிக்குமவர் கண்கருவிழியின் அசைவுகாண
பயம்பிறக்கும்!
கடைநாள் வரையில் கண்ணோட்டம் மிகுந்திருக்கும்!
தனல்கொதிக்குமவர் சொல்லால் தகித்திடுவார்
தவறென்றால்
தனபதியானாலும் தன்கருத்தை உரைக்கவே
சொல்லிடுவார்!
புனல்பாய்ந்திடுமவர் பார்வையில் ஒருகனமும் காமம்
வரவில்லை!
புவனத்து மகளிரெல்லாம் பராசக்தியாய்க் கண்டதனால்!
பார்மிசை பலதிசை தேடியேச் சென்றிடினும்!
பார்த்திட இயலாதே தேவர் பிரான் போலொருவர்!
கார்மேகம் தரும்நன்னீர் தனக்கே மட்டும் - என்றால் சில
காலமதில் திகட்டிப்போய் தனக்கே குமட்டும்!
தேர்மிசை ஏற்றியே எல்லாரும் கொண்டாடுதல்
விடுத்து!

தேவர்புகழை ஒருகுடத்துள் அடக்கி வைத்தல்
ஒப்பாமோ?
மார்மீது பொறித்திடுவோம் முத்துராமலிங்கனார்
கொள்கைகளை மாற்றங்கள் வந்துவிடும் ஏற்றங்கள்
நிறைந்துவிடும் அவனியிலே !

சாதித் தலைவர் இவரல்ல .....
சாதித்தத் தலைவர் இவராவார்...
வேலவன் தொண்டரை வேறுபாடின்றிக்
கொண்டாடுவோம்

சிவ.செல்வமாரிமுத்து இடைநிலை ஆசிரியர்
வணிக வைசிய துவக்கப்பள்ளி
பேட்டை.திருநெல்வேலி

தேசம் காத்த உத்தமர்

பசும்பொன் கிராமம் நாட்டுக்குத் தந்த
பசும்பொன் இந்திராணி அம்மையார்
பெற்றெடுத்த தமிழ் மகன்

வெள்ளையரை எதிர்த்து நீ நின்றாய்
நேதாஜிடன் போராட நீ சென்றாய்
முத்துராமலிங்கத்தேவர் நாட்டுக்காக ஏறினார் பல
மேடை
தனக்காக ஏறவில்லை மணமேடை

அந்நியரை எதிர்த்தாய் ஆலமரம் போல் நின்று
ஆன்மீகத்தை வளர்த்தாய் அரசமரம் போல் நின்று
இல்லறம் நாட்டுக்காக நீ துறந்தது
ஈகை குணம் நாட்டுக்காக நீ சுமந்தது
உடுத்தியது கதை சட்டை
ஊருக்குத் தந்தாய் உன் சொத்தை
எதிர்த்தாய் குற்றப் பரம்பரை சட்டத்தை
ஏறினாய் சட்டமன்றம் நாடாளுமன்றம்
ஐயங்கார் சீனிவாசன் உனது அரசியல் குரு
ஒவ்வொரு நாளும் மண்ணுக்காகவும் மக்களுக்காகவும்
சிந்தித்தாய்
ஓயாமல் சிறைச்சாலை சந்தித்தார்
அவ்வையார் போல் நீயும் முருக பக்தன்
அவ்வையார் தமிழுக்கு மட்டும்தான் தொண்டு செய்தார்
ஆனால் தமிழ் நாட்டுக்கும் தொண்டு செய்தாய்

ஆயுத எழுத்து இல்லாமல் தமிழ் இல்லை
விடுதலைப் போராட்டத்தில்
ஆயுதம் ஏந்தாத எழுத்து ஃ நீ

மு.முத்துகுமார்
கங்கை கொண்டான்

தென்னாட்டு சிங்கம்

தேடர் கரிய செல்வம் எங்கும் கிட்டாத தங்கம்
தென்னாட்டுச் சிங்கம் அவரே ஐயா பசும்பொன்
முத்துராமலிங்கம்
தேசியத்தை தேகமாய் எண்ணிய தங்கத்தேர் இவர்
தெய்வீகத்தை தன்னுயிரை கொண்ட தாமரை மலர்

இவர் வீரமில்லா விவேகம் கோழைத்தனம்
விவேகம் இல்லா வீரம் முரட்டுத்தனம் என
வீர முழக்கமிட்ட வேங்கை இவர்

ஆலயத்தில் அரிசனங்களை அழைத்துச் சென்ற அன்பர்
ஆலை தொழிலாளருக்கு தோள் கொடுத்த தோழர்
நல்லவை செய்திடின் அல்லவை அகலும்
ஒழிக என்று சொல்லுதல் ஒழிய வேண்டும்
யாவரும் வாழ்க என்று மொழிதல் நலமே என
நற்கருத்து நல்கிய நேர்மறையாளர்

சாதி பாகுபாட்டை எதிர்த்த
சரித்திர நாயகன் மதங்கள் கடந்து
மானிட உறவு பாராட்டிய மாணிக்கம்
கேட்போர் விழிகள் விரித்து உயர்ந்திட வைக்கும்
வைரப் பேச்சாளர் இவர்

தெய்வத் திருமகன் என பெயர் பெற்ற தலைவர்
உன் அடிச்சுவடை அறிந்து யான் அகிலத்தில் நடந்திட
என் வாழ்வும் நலம் பயக்கும் பிறருக்கு
உன் நற்செயல் பிறர்நலம் பேணியது போல்
உக்கிரபாண்டி ஐயா இந்திராணி அம்மையார்
பெற்றெடுத்த சுடர் விளக்கு

ராணுவத்திற்கு பெரும்படை அனுப்பிய
பெருமைக்குரிய ராசா
செல்வ செழிப்பை களைந்து
தூய கதர் ஆடை அணிந்த மெல்லிய ரோசா

சுபாஷ் சந்திர போஸ் விமான விபத்தில்
உயிர் நீத்தார் என்பது பொய்
நாம் அவரை நேரில் சந்தித்தது மெய் என
பகிரங்கமாய் பகன்றவர்
மீண்டும் மீண்டும் ஒளிந்தாலும்
மிகையாக மாணிக்க வரிகள்
எங்கும் கிட்டாத தங்கம் தென்னாட்டு சிங்கம்
அவரே ஐயா பசும்பொன் முத்துராமலிங்கம்

பெயர். வே. ஜோஸிலி
முனைவர் பட்ட ஆய்வாளர்
மனோன்மணியம் சுந்தரனார் பல்கலைக்கழகம்,
திருநெல்வேலி

தென்னாட்டு சிங்கம்

பசும்பொன் என்ற ஊரில் புது வரலாறு பிறந்தது
மனிதனாய் பிறந்து கடவுளாய் இருக்கும் தென்னாட்டு
சிங்கமே ......
உங்கள் வரலாற்றை பேசினால் வார்த்தைகள் போதாது
தென்னாட்டு சிங்கமே உங்கள் தேசப்பற்றை நினைத்து
நினைத்து சில்லென்று பறக்கும் தேசியக்கொடி....

இஸ்லாமிய தாயால் வளர்க்கப்பட்டு
முழு ஆன்மீகவாதியாகவே வளர்ந்து வந்தார்
தென்னாட்டுச் சிங்கம் அரசியலில் கால் பதித்து வெற்றி
கண்டு
தன் அறிமிக்க பேச்சால் அனைவரையும் கவர்ந்தார்....

தரையில் விழுந்து கிடந்த தாழ்த்தப்பட்டவருக்கு தன்
சொத்தை கொடுத்து தலை நிமிர்த்தினார் தென்னாட்டுச்
சிங்கம்...
கோவிலின் உள்ளே அனைவரும் செல்ல கைகோர்த்து
நின்றவரும் தென்னாட்டுச் சிங்கமே.
உன் புகழையும் பெருமையும் நீர் செய்த நன்மையையும்
என்றும் மறக்காது மறையாது இந்த மண்ணிலே....
வீரத்தையும் விவேகத்தையும் எங்களிடத்தில் விதைத்து
விட்டாய் அது வீரியத்தோடு வளர்த்து வருகிறது
தென்னாட்டு சிங்கமே.......
சாதித் தலைவராய் உன்னை சேர்த்து விட்டால்
உன் போல சரித்து விடலாம் என்று நினைத்து
விட்டார்கள்.....

நாங்கள் இருக்கும் வரை உன் வரலாற்றை
எவராலும் அழித்துவிட முடியாது.....
வீரம் விளைந்த மண்ணில் பார் போட்டு
பசும்பொன்னில்
தேசியமும் தெய்வீகமும் இருக்கனும்
உண்மைக்கு மறு பெயர் என்னும் சொல்லில்
உலகம் போற்றும் உத்தமரே எங்கள் தென்னாட்டுச்
சிங்கமே
உன் புகழ் எழுதப்பட்டது தேசிய தலைவர் என்று
ஆம் இன்று அக்டோபர் 30 அனைவரும் மரியாதை
செலுத்திட
ஆலமரமாக நீர் எங்களுக்கு நின்றிட வேர்களால்
நாங்கள் உம்மை வணங்கிட
தென்னாட்டு சிங்கத்தை நினைத்து வணங்குகிறேன்
வாழ்க தென்னாட்டு சிங்கமே வளர்க உன் புகழ்!!

சு.மகேந்திரன்
தூய சவேரியார் கல்லூரி பாளையங்கோட்டை

தேசியம் காத்த உத்தமர்

கூலித் தொழிலாளர்களுக்காக போராடிய
உண்மை குறிப்பிட்ட குலத் தலைவன் எனக் கூறி
கட்டுப்படுத்திட முடியுமோ

முஸ்லிம் அன்னையால் வளர்க்கப்பட்டு
கிறிஸ்தவ குருவால் கற்பிக்கப்பட்ட
உண்மை மதவாதி எனக் கூறி மட்டுப்படுத்திட முடியுமா

அரிசன ஒப்பந்தத்தில் கையெழுத்திட்டு
அனைத்து சாதியினரும் சமம் என
ஆலயம் அழைத்துச் சென்ற உண்மை
சாதிய தலைவன் எனக் கூறி சாயம் பூசிட முடியுமோ

ஆங்கிலேயரை எதிர்த்து இந்தியம் காத்திட்ட போஸ்
உடன்
துணை நின்று படை திரட்டிய பண்பாளரே
குற்றப்பரம்பரை சட்டத்தை திட்டவட்டமாய் எதிர்த்து
ஆப்பநாட்டு மறவர்களை காத்த திருமகனாரே

எங்கள் குலத் தலைவரை கொலைப் பழி
சிறையிலிட்டால்
கொள்ளுமா இந்நிலம் முதற் குற்றவாளியாக
சேர்க்கப்பட்டாலும்
நிரபராதியாக விடுதலை கண்டேரே!

கா.கீர்த்தனா
திருநெல்வேலி

தேசம் காத்த உத்தமர்

மனிதனாகப் பிறந்த மாமனிதனாக வாழ்ந்தவர்
அருண் பெரும் பணிகள் ஆற்றியவர்
கல்வியில் மட்டுமா பல துறையிலும் வித்தகர்
சொந்த நிலத்தை தானமாக வழங்கிய வள்ளல்

வீரமில்லா வாழ்வு வீண் என்றவர்
தேசியம் உடல் தெய்வீகம் உயிர் என்றார்
மக்கள் தொண்டு செய்தவர்
புளியம்பழம் போல் வாழச் சொன்னார்
அறிவுமிக்க பேச்சால் மனதை ஈர்த்தவர்

கோவிலுக்கு அனைவரும் செல்ல வழி வகுத்தவர்
தேசிய விடுதலையை சுவாசித்தவர்
மேடை தோறும் விவேகமாக பேசியவர்
வங்கத்து சிங்கத்துக்கு உதவிய தென்னகத்து சிங்கம்
சற்றும் அயிராது போராடியவர் வற்றாத புகழைப்
பெற்றவர்

தமிழன் வீழ்ந்து விடாமல் இருக்க காரணமானவர்
அரசியலில் வென்றவர் ஊருக்கு உழைத்த தமிழ்
உலகத்தின் வீரர்
தெய்வமாக நின்றவர் சாதியை ஒழித்து சாதித்து
காட்டியவர்
பிறந்ததும் இறந்ததும் ஒரே நாளில் அதை சரித்திரம்
பேசுது இந்நாளில்

வீரம் போற்றும் மண்ணில் பார் போற்றும்
பசும்பொன்னாய்
தேசியம் காத்த செம்மலோ உம் புகழ் எழுதப்பட்டது
தேசியத் தலைவர் என்று வாழ்க உன் தொண்டு ஓங்குக
உன் புகழ்!

முனைவர்.ஜெ. ராஜகுமாரி
உதவிப் பேராசிரியர் தமிழ் துறை
கிறிஸ்டோபர் கலை மற்றும் அறிவியல் கல்லூரி,
சூரங்குடி நாங்குநேரி

தென்னாட்டுச் சிங்கம்

தென்னாட்டு சூரியன் தெற்கே உதித்தது
உக்கிரபாண்டியின் உத்தம மகனாய்
இந்து ராணி ஈன்றெடுத்த இனிய தேனாய்
ஆயுசாபீவியின் அரப்பால் உண்ட அன்பாய்

சிலம்பம் தொடங்கி துப்பாக்கி பயிற்சி வரை
துல்லியமாய் கற்றுக் கொண்டவர்
தேசமே பெரிதன விரைப்பாய் நின்றவர்
சிறைவாசம் என்பது இவருக்கு அடிக்கடி
முறை வாசல் செய்யும்
எதுவென்று காரணம் சொன்னால்
காயல் குடியில் தொடங்கி பேச்சால்
சாட்டையடி கொடுத்த சங்கிலிக் கருப்பு இவர்

இவர் உரை கேட்டுத் தானே உறங்கிக் கிடந்த உறவுகள்
அனைவரும் விடுதலை வேக்கையில் வேகம் காட்டினர்
செய்தி கேட்டு வெள்ளைப் பரங்கியர்
வாய்ப் பூட்டுச் சட்டம் தான் வரிப்புலியை என் செய்யும்!

நா.நாகலெட்சுமி
உதவி பேராசிரியர் தமிழ் துறை
மங்கையர்க்கரசி மகளிர் கலை மற்றும் அறிவியல்
கல்லூரி,
பரவை மதுரை

தேவர் திருமகனின் தெய்வீகமும் தேசியமும்

பசும்பொன் புண்ணிய திருத்தளத்திலே
உக்கிரபாண்டித் தேவர் இந்திராணி இணையர் பெற்ற
வீரச் சிங்கம் அவரோ முத்துராமலிங்கம்
ஜமீன் பரம்பரையில் உதித்த நல்முத்து
எளிமை வாழ்வில் ஏற்றம் கண்ட அண்ணலே!

வாழ்நாளின் பெரும் பகுதிகளைச்
சிறைக் கதவில் முத்தமிட்டவரே!
வீரத்துடனும் வ விவேககத்துடனும்
செயல்பட்ட சிந்தனைச் சிற்பியே!

மனதில் பட்டதைக் கலங்காமல்ச்
சொல்லக்கூடிய சொல் வல்லவரே
முப்பத்து மூன்று கிராமங்களுக்குப் பாத்தியபட்டவரே!
ஏழைகளுக்கு வாரி வாரி வழங்கிய வள்ளல்
பெருந்தகையே!

அரசியல் ஆன்மீகம் பொதுவுடமை
ஏகாதிபத்திய எதிர்ப்பு சாதிச்சாடல் போன்ற கொள்கைக்
கோமானே!
மக்களின் ரோசா காமராசாவைக் காப்பாற்றிய தேவர்
திருமகனே!

வள்ளலார் அருட்பாவில் ஆழ்ந்த பற்று உடையவரே!
சமரச சன்மார்க்க மாநாடு நடத்தி சாதனைகள்
புரிந்தவரே
தேசியமும் தெய்வீகமும் இரு கண்களாக கொண்டவரே
பார் உள்ளளவும் கார் உள்ளளவும் கடல்நீர் உள்ளளவும்
நும்பீடும் பெயரும் நீடினது வாழ்க வாழ்கவே!

முனைவர் பூ திரிபுரசுந்தரி

தேசியம் காத்த உத்தமர்

உலகில் மனிதனாகப் பிறப்பவர்
பலரே மனிதனாக வாழ்பவர் சிலரே
மக்கள் உள்ளத்தில் மாமனிதனாக வாழ்ந்த
அரும் பணியாற்றி அனைவரின் உள்ளங்களில்
நீங்காத இடம் பிடித்தவரே

கிராம சொத்துக்கள் எல்லாவற்றையும்
சமுதாய மக்களுக்கு தானமாக கொடுத்த கொடை
வள்ளலே
உன் பணி மகத்தானது உழைக்க மட்டும் தானே தெரியும்
பதவி சுகம் எதுவும் தெரியாது

மக்களின் உயிர் மூச்சே
ஊருக்கு நல்லது செய்ய தயக்கம் காட்ட மாட்டாரே
ஆங்கில அரசு வாய் பூட்டு சட்டம் போட்டதே
அதியிலும் ஊமை அல்ல வியாதியிலும் ஊமை அல்ல
என்று உரைத்தாரே

சர்க்கார் போட்ட சட்டத்திலே
நான் ஊமையாய் நின்றேன் என்றாரே
திறக்கும் சாவி உங்கள் கையில்
உள்ள ஓட்டு என்று உரைக்க சொன்னாரே

உடலுக்கு அழகு மட்டும் போதாதே
அக அழகும் மனதை அடக்கும் ஆற்றலும்
அமைய வேண்டுமே வீரத்திற்கு அழகு தன்னடக்கமே
தன்னடக்கத்தை தரும் வீரமும் பக்தியும்
இணைய நாட்டை தீமைகள் ஒன்றும் அண்டாது
என்றாரே

மரணத்தை தவிர எதையும்
உரிமை கொண்டாட முடியாது
தேசிய தெய்வீகம் காத்த செம்மமல்
தானங்களை செய்த பெருமகனார்

பிறந்த நாளும் மறைந்த நாளும் ஒன்றே
யாருக்கும் இந்த வாய்ப்பு கிட்டும் மண்ணில்
சாதனைகளை நிகழ்த்தி மக்கள் மனதில்
அன்றும் இன்றும் என்றும் நீங்காத இடம் பிடித்தவர்

பசும்பொன் முத்துராமலிங்கத் தேவர்
எத்தனை வருடங்கள் ஆனாலும்
வரலாறு பெருமை அடைய செய்யுமே
காலத்தால் அழியாத அறிய பொக்கிஷம்

ம.செ.அ.பாமிலாபேகம்
நாகர்கோவில்

தென்னாட்டு சிங்கம்

சீர் முத்து தேவர் பெருமை உலகெங்கும்
என்றென்றும் பேசப்படுமே
பெயரை கேட்டவுடன்
மரியாதை செய்ய தோன்றுமே

இவரது சொற்பொழிவுகள் அனைத்தும்
தங்க முலாம் பூசுவது போல் ஆகுமே
நினைத்து நினைத்து போற்ற வேண்டிய
அரிய பொக்கிஷமே

தனக்காக எதையும் எதிர்பாராத
காத்த மன்றமே வேற பேச்சால் தியாகிகளையும்
விவேக பேச்சால் அறிவாளிகளையும்
உருவாக்கினோமே

உண்மையின் பிரதிநிதியாக தோன்றிய மகுடமே
தேசப்பற்றையும் சமய பற்றியும் காத்த மாணிக்கமே
யாருக்கும் அஞ்சாத சிங்கமே
வீரத்தின் திரு உருவாய் விளங்கிய தங்கமே

பேசிய மொழிகள் அனைத்தும் கால வெள்ளத்தையும்
நாட்டின் எல்லைகளையும் கடந்து நிற்குமே
மறைமொழிகள் கூறும் ஞானிக்கும்
வீரனுக்கும் தீரனுக்கும் இணையற்று விளங்கிய
கோஹினூர் வைரமே

தேசபக்தி தெய்வ பக்தி இரண்டு கண்களாக கொண்ட
வைடூரியமே
இந்திய விடுதலை போராட்டத்தில் பங்கேற்று
விழுப்புண் பெற்ற முத்துரத்தினமே
ஆங்கில ஆட்சியாளர்களின் சிம்ம சொப்பனமே

தெய்வீக உடலில் தேசிய புள்ளி கொண்ட சூரிய
உதயமே
புனிதராக மானுடர் உள்ளம் பதிந்த
சிற்பமே வசதிகள் இருந்தும் எளிய வாழ்க்கையை
மேற்கொண்டு ஏழைகளுக்கு உதவிய மாபெரும்
அற்புதமே

வற்றாத கங்கையாகவும்
ஞான சூரியனாகவும் இருந்த அருட்கடலே
வாழ்ந்த காலத்திலும்
எடுத்துக்காட்டாக திகழ்ந்த மரகதமே

தொழிலாளர்களின் தோழனாக இருந்த சிகரமே
தெய்வத்திருமகன் பெயரை பெற்ற
தென்னாட்டு சிங்கத்திற்கு பெயரை வைத்து
நேதாஜி சுபாஷ் சந்திர போஷே
தேவகுமாரன் பட்டம் கொடுத்த ஈ.வே.ராவே
தேவரை போல் சுத்த வீரர்
தோன்றியதும் இல்லை
தோன்ற போவதுமில்லை
தேவரின் புகழை பாடுவோம் போற்றுவோம்

ம.செ.அ. பாமிலா பேகன் நாகர்கோவில்

பசும்பொன்னில் பிறந்தவரே !
ஜமீன்தாரே !
தாயை இழந்து பாட்டியிடம் வளர்ந்தவரே !
பிரம்மச்சாரியே !
பிறந்த நாளன்று இன்னுயிர் நீத்தவரே !
அறிவாலியே !
நட்பண்பாலனே !
கேள்வி நியணம் கொண்டவரே !
சமூக காப்பாளரே !
ஆங்கிலனை எதிர்த்தவரே !
இராமநாதபுரத்து நாயகரே !
காங்கிரஸ் கட்சிக்காரரே !
சென்னை மாகாண சட்ட மன்ற உறுப்பினரே !
நேதாஜியை பின்பற்றியவரே !
பவர் பிளாக்கின் தமிழக தலைவரே !
நாட்டுக்காக சிறை அனுபவத்தையும் பெற்றவரே !
சிறை அனுபவத்தால் உடல் நலம் குன்றிய போதும்
விட்டுக்கொடுக்காதவரே !
குற்ற பரம்பரை சட்டத்தை திரும்ப பெற செய்தவரே !
சோதனைகளை சாதனைகளாக மாற்றியவரே !

- விக்னேஷ் . சி
தூய சவேரியார் கல்லூரி பாளையங்கோட்டை
தென்னாட்டு சிங்கம்

சீர் முத்து தேவர் பெருமை உலகெங்கும்
என்றென்றும் பேசப்படுமே
பெயரை கேட்டவுடன்
மரியாதை செய்ய தோன்றுமே

இவரது சொற்பொழிவுகள் அனைத்தும்
தங்க முலாம் பூசுவது போல் ஆகுமே
நினைத்து நினைத்து போற்ற வேண்டிய
அரிய பொக்கிஷமே

தனக்காக எதையும் எதிர்பாராத
காத்த மன்றமே வேற பேச்சால் தியாகிகளையும்
விவேக பேச்சால் அறிவாளிகளையும்
உருவாக்கினோமே

உண்மையின் பிரதிநிதியாக தோன்றிய மகுடமே
தேசப்பற்றையும் சமய பற்றியும் காத்த மாணிக்கமே
யாருக்கும் அஞ்சாத சிங்கமே
வீரத்தின் திரு உருவாய் விளங்கிய தங்கமே

பேசிய மொழிகள் அனைத்தும் கால வெள்ளத்தையும்
நாட்டின் எல்லைகளையும் கடந்து நிற்குமே
மறைமொழிகள் கூறும் ஞானிக்கும்
வீரனுக்கும் தீரனுக்கும் இணையற்று விளங்கிய
கோஹினூர் வைரமே

தேசபக்தி தெய்வ பக்தி இரண்டு கண்களாக கொண்ட
வைடூரியமே
இந்திய விடுதலை போராட்டத்தில் பங்கேற்று
விழுப்புண் பெற்ற முத்துரத்தினமே
ஆங்கில ஆட்சியாளர்களின் சிம்ம சொப்பனமே

தெய்வீக உடலில் தேசிய புள்ளி கொண்ட சூரிய
உதயமே
புனிதராக மானுடர் உள்ளம் பதிந்த
சிற்பமே வசதிகள் இருந்தும் எளிய வாழ்க்கையை
மேற்கொண்டு ஏழைகளுக்கு உதவிய மாபெரும்
அற்புதமே

வற்றாத கங்கையாகவும்
ஞான சூரியனாகவும் இருந்த அருட்கடலே
வாழ்ந்த காலத்திலும்
எடுத்துக்காட்டாக திகழ்ந்த மரகதமே

தொழிலாளர்களின் தோழனாக இருந்த சிகரமே
தெய்வத்திருமகன் பெயரை பெற்ற
தென்னாட்டு சிங்கத்திற்கு பெயரை வைத்து
நேதாஜி சுபாஷ் சந்திர போஷ்ஸே
தேவகுமாரன் பட்டம் கொடுத்த ஈ.வே.ராவே
தேவரை போல் சுத்த வீரர்
தோன்றியதும் இல்லை
தோன்ற போவதுமில்லை
தேவரின் புகழை பாடுவோம் போற்றுவோம்

ம.செ.அ. பாமிலா பேகன் நாகர்கோவில்

தேவர் இவர் தென்னாட்டு வீரர்

தேவர் தேவர் தேவர் இவர் தென்னாட்டு வீரர் வீரர் வீரர்
தேசம் போற்றும் தேவர் தேசமே போற்றிய தேவர்
தேசமே போற்றுது தேவர் ஐயாவை
சிங்கம் போன்ற வீரம்
சிறு குழந்தைமன ஈரம்
சிந்திப்பதிலே வீரியம்
செயலிலே தீரம்..

பசும்பொன்னில் பிறந்தவரே
பார்போற்ற வளர்ந்தவரே
முக்குலத்தில் பிறந்தவரே
எக்குலமும் போற்றும்படி வாழ்ந்தவரே.
அவரே நம் தென்னாட்டு வீரர்
தேசம் போற்றும் உத்தமர்
தேசமே போற்றும் தேவர் ஐயாவை....

முனைவர் செ.அ.ராகுல் கோல்டன்
உதவிப் பேராசிரியர் வணிகவியல் துறை
இலயோலா கல்லூரி சென்னை
9176313545
kvsrahul@gmail.com yesrahul.blogspot.com

தேசியம் காத்த உத்தமர்:-

தமது தொண்டால் மக்கள் உள்ளங்கள் கவர்ந்தவர் பலர்;
நாட்டின் விடுதலைக்காக பாடுபட்டோர் பலர்;
சமுதாய பணி செய்தோர் பலர்;
அரசியல் பணி செய்தோர் பலர்;
இவை அனைத்தும் ஒரு சேர புகழ்பெற்ற ஒரே
தலைவன்!
தேசியமும் தெய்வீகமும் இரு கண்கள் எனக் கொண்ட
ஐயா பசும்பொன் முத்துராமலிங்கத் தேவர் அவர்கள்!
வீரப்பேச்சால் எத்தனையோ தியாகிகளையும்,
விவேகப்பேச்சால் எத்தனையோ அறிவாளிகளையும்,
உண்டாக்கியவர்.
உண்மையை மறைக்காமல் வெளியிடுவதில்
தனித்துணிச்சல் பெற்றவர்.
சுத்த தியாகி தந்தை பெரியார் என்று பாராட்டப்
பெற்றவர்.
பசும்பொன் கிராமத்தில்
இந்து பெண்ணால் பெற்றெடுக்கப்பட்டு,
இஸ்லாமிய தாயால் வளர்க்கப்பட்டு,
தொடக்கக் கல்வியை கழுதியிலும்;
உயர்நிலைக்கல்வியை மதுரையிலும்; பயின்றார்.
படிப்பிற்கு பாதியில் தடை விதித்தாலும், தாமாகவே
நூல்களை
படித்து, அறிவையும் ஆற்றலையும் சுயமாக வளர்த்துக்
கொண்டவர்.
தமிழ், ஆங்கிலம் இரு மொழியிலும் புலமை
பெற்றவரே!
உமது ஆர்வத்தால் விடுதலை போராட்டம் வெற்றிக்
கொண்டதோ!
தம் பேச்சாற்றலால் ஆங்கில ஆட்சிக்கு எதிராக அம்பு
எய்தீனீரே!

நீர் விட்டெறிந்த அம்பு வீறு கொண்டு எழுந்தது;
அச்சமடைந்த அரசோ சிறை வைத்தது உம்மை;
வட இந்தியாவில் வாய்ப்பூட்டுச் சட்டத்திற்கு
ஆளானவர்- பாலகங்காதர திலகர்; அவரைப் போல
தென்னாட்டில் அச்சட்டத்திற்கு ஆட்பட்டவர் - நீர்
தானே!
உமது விடுதலை வேட்கைக்கு நீர் பெற்ற பெயர்தான்-
தேசியம் காத்த செம்மல்!
நேதாஜியுடன் தொடர்பு கொண்டதால் பெற்ற
பெயர்தான்- வங்கசிங்கத்தின் நண்பன்!
நண்பனை குருவாக கொண்ட பெருமை உம்மை
சார்ந்தது தானே!
உமது தோற்றத்தில் மட்டுமில்லை, பேச்சிலும்
சிங்கத்தின்
முழக்கத்தை வெளியிட்டவரும் நீர் தானே!
உமது பேச்சு உள்ளத்தில் இருந்து வெளிவருகிறது;
உதடுகளில் இருந்து அல்ல!
மக்களின் பேராதரவு பெற்ற தலைவராக திகழ்ந்ததால்
தான்
போட்டியின்றி வெற்றி கண்டீர்!
ஆங்கில ஆட்சியின் அடக்கு ஒடுக்கு முறையை
அடியோடு ஒழிக்க
மக்களோடு, மக்களுக்காக, மக்களாகவே; வாழ்ந்தவர்.
ஆலய நுழைவு போராட்டத்தில் மட்டுமல்ல,
குற்ற பரம்பரை சட்ட எதிர்ப்பு மாநாட்டிலும் வெற்றி
கண்ட
முத்துராமலிங்கத் தேவர் அவர்கள்;
பாரத மாதா கூட்டுப் பண்ணை ஏற்படுத்தி, அதிலும்
வெற்றி கண்டவர் தானே!
நூற்பாலை போராட்டத்திற்கு ஏழு திங்கள் சிறை
சென்றவர்!
பெண் தொழிலாளர்களுக்கு மகப்பேறு காலத்தில்
ஊதியத்துடன்

விடுப்பு வேண்டும் என்று போராடியவர்!
உழுவர்களுக்கு தன் சொந்த நிலத்தை வழங்கி
மகிழ்வித்தார்!
தனது வாழ்நாள் முழுவதும் மக்கள் தொண்டாற்றி
மக்களாகவே உழைத்தவர்;
அதே சமயம், தேசிய வழியும் தெய்வீக வழியும்
தொடர்ந்து பயணித்த பெருமை இவரை சார்ந்தது!
விவேகானந்தரின் தூதராக,
நேதாஜியின் தளபதியாக,
சத்திய சாளராக,
முருக பக்தராக,
ஆன்மீக புத்திரராக,
தமிழ் வழிபாடு சித்தராக,
தென்பாண்டி சீமையின் முடிசூடா மன்னராக,
நீதி வழுவா நேர்மையாளராக,
புலமையில் கபிலராக,
வலிமையில் கரிகாலனாக, கொடையில் கர்ணனாக,
இந்திய தாயின் மகனாக- விளங்கியவர்.
ஐயாவின் புகழை போற்றி வணங்குவோம்!
தேசியமும் தெய்வீகமும் இரு கண்கள் எனக் கொண்ட
ஐயாவின் கொள்கை வழி நடப்போம்!
வாழ்க பாரதம்!
வளர்க இந்தியா!
ஜெய்ஹிந்த்!!

இரா.கல்யாணி(எ)ஜான்சி,
இரண்டாம் ஆண்டு ஆங்கிலப்பிரிவு,
தூய சவேரியார் கல்லூரி,
பாளையங்கோட்டை

நன்னூலும் பசும்-பொன்னூலும்

தமிழில் தன்மையால் பெயர் பெற்றதாம் நன்னூல்
உலகில் உண்மையால் பெயர் பெற்ற உமக்கு - நான்
இயற்றியதே இந்த பொன்னூல், பசும்பொன்னூல்
மும்மதத்தையும் இணைக்கும் உன் பிறப்பின் இளமை
வாழ்வு
ஏழை மக்களையும் நீர் ஏற்றி விட்டதால் என் நாட்டில்
இல்லை ஏற்றத்தாழ்வு
ஆன்மீகத்தில் உமக்கு முருகனின் ஏழாம் படை
அரசியல் பேச்சில் உமக்கேது நிகரான படை
அரசியலில் வீரமய்யா உமக்கு ஆன்மீகத்தில் அடங்கா
தாகம் ஐயா உமக்கு
அரியணையில் ஆசை இல்லை ஆணவம் என்ற கூச்சல்
இல்லை
கல்வி கற்க பிளேக் என்னும் கயிற்றால் உமக்கு கட்டா
தேசியம் காக்க தெய்வமாய் பேசிய உமக்கே வாய்
பூட்டா
செந்தமிழ் போற்றும் உன் தெய்வீகத்தை
எங்களின் இந்திய தேசமே போற்றும் உன் தேசியத்தை
முத்தமிழில் மொழிவேன் என் முன்னோராம் உன்
வரலாற்றை
பைந்தமிழ் விளையும் பாண்டிய நாடாம்
பசும்பொன்னில் வணங்குவேன் உன் திரு உருவத்தை
புல்விளையா பூமியில் கூட உம் பொற்பாதம் பட நெல்
விளையும்
கல் சிலையே ஆயினும் உன் புகழ் அறிந்தால் கவி
பாடும்
தாழ்குடியும் தன்குடியாய் பார்த்த தரணியிலே
உன் போல் தலைவன் உண்டா
தாய்குலம் மட்டுமே உனக்குள் பெண் குலமா எண்ணிய
உலகிலே உன் போல் உத்தமன் உண்டா

குற்றப்பரம்பரை சட்டமும் உடைத்தெறியப்பட்டது
உன் வற்றாத பேச்சால்
நான் கற்ற கல்வியும் கண்ணீர் விட்டது அன்று நீ விட்ட
மூச்சால்
நான் வணங்கும் மூவர்ணக் கொடியாய்
முத்துராமலிங்கம்
பச்சை நான் வணங்கும் பசும்பொன்னின் விளைந்த
இயற்கை பன்னீர்
வெண்மை ஆன்மீகத்தில் உள்ளத்தில் ஓடும் தூய நன்னீர்
சிவப்பு உன் இறந்த வரலாறு கேட்டு நான் விட்ட
கண்ணீர்
உன் தாய்மொழி பற்றால் நீர் இறுதியில் தலை சாய
தமிழும் கண்ணீர் விட்டு தலை சாய்ந்தது
உன் உலகமொழி பற்றாள்
உலகிற்கே ஒன்றான சூரியனே நடுப்பகலில் மறைந்தது
உன் உடலை புதைக்கும் நேரம் வெண்சங்கே ஒலி
எழுப்பியது
உன் இறுதி நேர கதை கேட்டு என் கண்ணிலே ஒரு
கங்கை கிளம்பியது

இளம் கவிஞர் அ. சரவணபவதி
த/பெ சொ. அழகர்
கிழவிகுளம் (ராஜபாளையம்)
8489245935